# அறநிலையத்துறையும் மக்களும்

# அறநிலையத்துறையும் மக்களும்

தொகுப்பு: சாமி நடராஜன்

தமிழ்நாடு அனைத்து சமய நிலங்களை பயன்படுத்துவோர் பாதுகாப்பு சங்கம்

பாரதி புத்தகாலயம்

**Aranilayathuraiyum Makkalum** (in Tamil)

**Sami Natarajan**

First Published: June, 2022 | 2nd Print: September, 2022

**Published by**

**BHARATHI PUTHAKALAYAM**

7, Elango Salai, Teynampet, Chennai - 600 018

Email: bharathiputhakalayam@gmail.com / www.thamizhbooks.com

**அறநிலையத்துறையும் மக்களும்**

**தொகுப்பு: சாமி நடராஜன்**

*முதல் பதிப்பு: ஜூன், 2022 | இரண்டாம் அச்சு: செப்டம்பர், 2022*

**வெளியீடு:**

தமிழ்நாடு அனைத்து சமய நிலங்களை பயன்படுத்துவோர் பாதுகாப்பு சங்கம் &

பாரதி புத்தகாலயம்

*7, இளங்கோ சாலை, தேனாம்பேட்டை, சென்னை - 600 018.*

*தொலைபேசி : 044-24332424, 24330024 | விற்பனை: 24332924.*

**விற்பனை நிலையங்கள்**

**அருப்புக்கோட்டை:** *கதவுஎண் 49 A/4 மெயின் ரோடு, தெற்கு தெரு - 9994173551*

**ஈரோடு:** *39: 39 ஸ்டேட் பாங்க் சாலை - 9245448353*

**கரூர்:** *நாரத கானசபா அருகில் (TNGEA OFFICE)- 9442706676*

**காரைக்குடி :** *12, 2 வது தெரு, கம்பன் மணிமண்டபம் பின்புறம் - 9443406150*

**கும்பகோணம்:** *352, ரயில் நிலையம் எதிரில் - 9443995061*

**குன்னூர்:** *N.K.N வணிக வளாகம் பெட்போர்ட்*

**கோவை:** *77, மசக்காளிபாளையம் ரோடு, பீளமேடு - 8903707294*

**சிதம்பரம்:** *22A / 18B தேரடி கடைத் தெரு, கீழவீதி அருகில் - 9994399347*

**செங்கல்பட்டு:** *1 D ஜி. எஸ்.டி சாலை - 044 27426964*

**சேலம்:** *15, வித்யாலயா சாலை சாலை*

**சேலம்:** *பாலம் 35, அத்வைத ஆஸ்ரமம் சாலை 0427 2335952*

**தஞ்சாவூர்:** *காந்திஜி வணிக வளாகம் காந்திஜி சாலை - 9655542400*

**திண்டுக்கல்:** *பேருந்து நிலையம் - 9942331105, 9976053719*

**திருச்சி:** *வெண்மணி இல்லம், கரூர் புறவழிச்சாலை - 9994289492*

**திருநெல்வேலி:** *25கி, ராஜேந்திரநகர் - 9442149981*

**திருப்பூர்:** *447, அவினாசி சாலை - 9486105018*

**திருவண்ணாமலை:** *முத்தம்மாள் நகர்*

**திருவல்லிக்கேணி:** *48, தேரடி தெரு - 9444428358*

**திருவாரூர்:** *35, நேதாஜி சாலை - 9442540543*

**நாகர்கோவில்:** *699 கே.பி.ரோடு R.V.புரம் - 9443450111*

**நெய்வேலி:** *பேருந்து நிலையம் அருகில், - 9443659147*

**பழனி:** *பேருந்து நிலையம் அருகில் - 9442883696*

**பாண்டிச்சேரி :** *கிழக்கு கடற்கரைச்சாலை, இலாசுப்பேட்டை, 9486102777*

**பெரம்பூர்:** *52, கூக்ஸ் ரோடு - 9444373716*

**மதுரை:** *37A, பெரியார் பேருந்து நிலையம் - 045 22324674*

**மதுரை:** *சர்வோதயா மெயின்ரோடு*

**வடபழனி:** *பேருந்து நிலையம் எதிரில் அடையார் ஆனந்தபவன் மாடியில் - 9444476967*

**விருதுநகர்:** *131, கச்சேரி சாலை - 0456 2245300*

**வேலூர்:** *பேஸ் III, சத்துவாச்சாரி - 9442553893*



*அச்சு : பிரிண்டெக், சென்னை - 600 005.*

# முன்னுரை

தமிழ்நாடு முழுவதும் கோயில், மடம், அறக்கட்டளைகள், வக்ஃபு வாரியம், தேவலாயங்கள் உள்ளிட்டவற்றிற்கான இடங்களில் அடிமனைகளில் வீடுகட்டி குடியிருப்பவர்கள், நிலங்களில் சாகுபடி செய்யும் விவசாயிகள், சிறுகடை வைத்திருப்போர் என பல ஆயிரம் பேர் உள்ளனர். இவர்கள் அனைவரும் காலங்காலமாக அந்த இடங்களைப் பயன்படுத்தி வருபவர்கள்.

சொத்துள்ள திருக்கோயில்கள், திருமடங்கள் பதிவு செய்யப்பட்ட குறிப்பிட்ட அறக்கட்டளைகள் தமிழ்நாடு இந்து சமய அறநிலையத்துறையின் கட்டுப்பாட்டில் உள்ளது. இந்து சமய அறநிலையத்துறை என்ற துறையை ஏற்படுத்துவதற்கான அடிப்படையான காரணங்களில் ஒன்று ஆபிரஹாமிய மதங்களைப் போல் அமைப்பு ரீதியான மதம் அல்ல இந்து மதம், மேலும் ஒற்றை கடவுள் வழிபாடு உடையதில்லை. பல கடவுள்கள் அவற்றின் பெயரால் பெரிய, பெரிய ஆலையங்கள் அதன் பெயரில் பல லட்சம் ஏக்கர் நிலங்கள் தானமாக மக்களாலும், மன்னர்களாலும் வழங்கப்பட்டவை. இவைகளை ஆரம்ப காலத்தில் நிர்வகித்தவர்கள் அந்தந்த பகுதிகளில் இருந்த செல்வந்தர்களாக இருந்த உயர் சாதியை சேர்ந்தவர்கள் தான். ஆலயங்கள், அதன் சொத்துக்கள் நிர்வகிப்பதில் பல்வேறு முறைகேடுகள் நடைபெறுவதாக எழுந்த புகாரின் அடிப்படையில் கிழக்கிந்திய கம்பெனி ஆட்சி காலத்தில் முதன் முதலில் 1817ல் மெட்ராஸ் நிலைக் கொடைகள் சட்டம் கொண்டுவரப்பட்டது. அதன் பிறகு பிரிட்டிஷ் ஆட்சி காலத்தில் 1863ல் மற்றொரு சட்டம் கொண்டுவரப்பட்டு கோவில்களின் மீது சிறிய அளவிலான தலையீட்டை பிரிட்டிஷ் ஆட்சியாளர்கள் செய்தனர். இதன் தொடர்ச்சியாக நீதிக்கட்சியின் ஆட்சி காலத்தில் 1927ல் மெட்ராஸ் இந்து சமய அறக்கொடைச் சட்டம் கொண்டுவரப்பட்டது.

மேற்கண்ட ஆண்டுகளில் சட்டங்கள் கொண்டுவரப்பட்டாலும் கோயில்களும் அதன் சொத்துக்களும் முழுமையாக அரசின் கட்டுப்பாட்டிற்கு கொண்டு வர முடியவில்லை. இந்தியா

விடுதலைப் பெற்ற பின் 1951 ல் ஒரு சட்டமும் பிறகு அதை மேம்படுத்தி 1959ல் கொண்டுவரப்பட்ட இந்து சமய அறநிலையச் சட்டம் தற்போதுவரை நடைமுறையில் உள்ளது.

கோயில், மடங்கள் உள்ளிட்டவற்றிற்கு உள்ள நிலங்கள் அரசின் கணக்குப்படி 4.78 ஆயிரம் ஏக்கர். இவை அனைத்தும் மக்களால் வழங்கப்பட்டவைதான், மன்னர்கள் ஆட்சி காலத்தில் நிலவரி, நீர்வரி கட்ட முடியாத வேளாண் குடிகளிடமிருந்து பறித்து கோயில் பெயர்களில் எழுதி வைக்கப்பட்டவைதான் பெரும்பகுதி,

இந்த நிலங்கள் பெரும்பகுதி காடு, மேடுகளாக கிடந்ததை மக்கள் தங்கள் உழைப்பின் மூலம் சரி செய்து நஞ்சை நிலமாக, புஞ்சை நிலமாக, குடியிருப்பு பகுதிகளாக மாற்றியுள்ளனர். மேலும் தாங்கள் பயன்படுத்தும் இடங்களுக்கு ஆண்டுக்கொருமுறை கோயில்களுக்கு பகுதிப்பணமாக தொடர்ந்து செலுத்தி வந்துள்ளனர்.

இந்த நிலையில் 1998க்கு பிறகு பகுதிப்பணம் செலுத்தி வந்த பயனாளிகளுக்கு நியாய வாடகை நிர்ணயிக்கிறோம் என்ற பெயரால் மாத வாடகை நிர்ணயிக்கப்பட்டு தற்போது பயனாளிகள் கட்ட முடியாத அளவிற்கு வாடகையை உயர்த்தி, பல தலைமுறைகளாக கோயில் இடங்களைப் பாதுகாத்து, அந்த இடங்களுக்கான பகுதி பணத்தையும், குத்தகையையும் கொடுத்து வந்தவர்களை அறநிலையத்துறை தற்போது ஆக்கிரமிப்பாளர்கள் என்ற பெயரை சூட்டி இடங்களை விட்டு அப்புறப்படுத்தும் நடவடிக்கைகளை மேற்கொண்டுள்ளது. மற்றொரு புறம் பிஜேபி மற்றும் சங்பரிவார் அமைப்புகள் கோயில்களையும், அதன் சொத்துக்களையும் அரசு வைத்துக் கொள்ள கூடாது எங்களிடமே ஒப்படைக்க வேண்டுமென்றும், இந்து சமய அறநிலையத்துறையே இருக்க கூடாது என கூக்குரல் போடுகின்றனர். கோயில் இடங்களை பயன்படுத்தும், பெரும்பான்மை இந்து மக்களுக்கு எதிராக செயல்படுகின்றனர். மக்களால் தானமாக வழங்கப்பட்ட நிலங்களை மக்களுக்கே வழங்கினால் "கடவுள் கோபித்துக் கொள்ள மாட்டார்" ஏனென்றால் இறை நம்பிக்கையுடைய ஏழைகளின் ஏக்க பெருமூச்சாக விளங்குபவனே இறைவன்.

பல தலைமுறைகளாக நிலங்களை சாகுபடி செய்யும் விவசாயிகள், அடிமனை வாடகைதாரர்கள் எத்தனை ஆண்டுகளுக்கு கோயில்களுக்கும், மடங்களுக்கும் குத்தகை/ வாடகையை கொடுத்துக் கொண்டேயிருக்க முடியும்? இதற்கு ஒரு நிரந்தர

தீர்வை உருவாக்குவதன் மூலமே கோயில் நிர்வாகம் சிறப்புடன் செயல்பட வழிவகுக்கும். பயனாளிகளும் பயன்படும் வகையில் அறநிலையத் துறை சட்டம் 34ன் படி வறுமைக்கோட்டிற்கு கீழ் உள்ள ஏழைகளுக்கு அரசே கிரயத்தொகையைக் கொடுத்து பட்டா வழங்கிட வேண்டும், மற்றவர்களுக்கு நியாயமான விலையை நிர்ணயித்து தவணை முறையில் பெற்று அந்தந்த கோயில் பெயரில் நிரந்தர வைப்புத் தொகையாக வைத்து அதன் மூலம் கிடைக்கும் வட்டி மூலம் கோயில் நிர்வாகத்தை சிறப்புடன் நடத்திட முடியும்.

இந்த கோரிக்கை புதிதுமல்ல, செய்ய முடியாததுமல்ல. 24.04.1960 ம் ஆண்டு தமிழக சட்டமன்றத்தில் நில உச்ச வரம்பு மசோதா மீது பேசிய அன்றைய எதிர்க்கட்சி தலைவர் பேரறிஞர் அண்ணா அவர்கள் பேசும்போது “அறநிலையங்களுக்கு ஏன் 200 ஏக்கர் தருகிறீர்கள். அது இல்லாவிட்டால் விபூதி மாடத்தில் விபூதி இருக்காதா? வில்வமரம் வளராதா? சைவ நெறி தழைக்காதா?எதற்காக கோயில்களுக்கும், மடங்களுக்கும் சொத்து இருக்க வேண்டும்? ஆகையால் மடாலயங்கள், அறநிலையங்களுக்கு ஒரு துளியும் நிலம் இருக்க கூடாது என பேசியுள்ளார். மேலும் தமிழகத்தின் அறநிலையத்துறை அமைச்சராகவும், தமிழ்நாடு முதலமைச்சராகவும் இருந்த மிகுந்த இறை நம்பிக்கையாளர் திரு.பக்தவச்சலம் அவர்கள் 1980ம் ஆண்டில் சென்னையில் விவசாயிகள் மாநாட்டில் பேசும்போது கோயில் நிலங்களைப் பயிரிடும் சாகுபடியாளர்களுக்கே சொந்தமாக்கிட வேண்டும். நட்டயீடுகளை தவணைகளாக பெற்று கோயில்களின் பெயரில் நிரந்த வைப்புத் தொகையாக வங்கிகளில் போட்டுவிட வேண்டும். அதில் கிடைக்கும் வட்டித் தொகையை கொண்டே கோயில் காரியங்களை ஒழுங்காக நடத்தலாம். இல்லையேல் ஊழல் தான் நடக்கும்” என்று பேசியுள்ளனார். எனவே இவற்றை தமிழக அரசு கவனத்தில் எடுத்துக் கொள்ள வேண்டுகிறோம்.

2018ம் ஆண்டு தமிழ்நாடு அனைத்து சமய நிலங்களைப் பயன்படுத்துவோர் பாதுகாப்பு சங்கம் துவங்கப்பட்டத்திலிருந்து பல்லாயிரக்கணக்கான பயனாளிகளின் கோரிக்கைகளை அரசின் கவனத்திற்கு கொண்டு சென்றுள்ளோம். இந்த சங்கத்தின் முதல் மாநில மாநாடு 2022 ஜூன் 6, 7 தேதிகளில் மயிலாடுதுறையில் நடைபெறுவதை ஒட்டி வெளியிடப்படும் இந்த சிறிய நூல், தமிழகத்தில் உள்ள சமய நிலங்கள் குறித்தும், அதன் சொத்துக்கள்

குறித்தும், இவற்றைப் பயன்படுத்தி வரும் பல்லாயிரக்கணக்கான ஏழை, எளிய மக்களின் கோரிக்கைகள் குறித்தும் விளக்கிடும் வகையிலும், இந்து சமய அறநிலையத்துறை சட்டங்கள் குறித்தும் ஒரு விளக்க கையேடாக கொண்டு வரப்பட்டுள்ளது. தமிழ்நாடு விவசாயிகள் சங்கத்தின் பொதுச்செயலாளர் தோழர்.பெ.சண்முகம் மற்றும் பல்வேறு பயனாளிகள் தொடர்ந்து வலியுறுத்தியதின் அடிப்படையில் இந்த நூல் வெளிவந்துள்ளது. இந்த நூல் வெளிவருவதற்காக பல்வேறு விபரங்களை ஆதாரங்களுடன் திரட்டி இந்த பணியில் என்னோடு தங்களை முழுமையாக ஈடுபடுத்திக் கொண்ட இந்துசமய அறநிலையத்துறையில் இணை ஆணையராக பணியாற்றி ஓய்வு பெற்ற தோழர்.எஸ்.ஜெயராமன், மற்றும் மாநில அமைப்புக்குழு உறுப்பினர் தோழர்.வ.செல்வம் உரிய நேரத்தில் தட்டச்சு செய்து பெரும் உதவி செய்திட்ட தமிழ்நாடு விவசாயிகள் சங்கத்தின் மாநிலக்குழு அலுவலக தோழர்கள் ச.அனு, மு.இளங்கோ ஆகியோருக்கு இந்த நேரத்தில் நன்றியை தெரிவித்துக் கொள்கிறேன். இந்த நூலின் அவசியத்தை கருதி குறுகிய கால இடைவெளிக்குள் நூலை வெளியிட்டு உதவிய பாரதி புத்தகாலயத்திற்கும் மனமார்ந்த நன்றிகள்.

இவண்

**சாமி. நடராஜன்**

மாநில அமைப்பாளர்

தமிழ்நாடு அனைத்து சமய நிலங்களை பயன்படுத்துவோர் பாதுகாப்பு சங்கம்

*31.05.2022*

சென்னை

# அணிந்துரை

"கோடிக்கணக்கான மக்கள் கடவுளை நம்புகிறார்கள் என்பதற்காக அந்த பொய்யை புத்தியுள்ள மனிதன் ஏற்க வேண்டிய தேவையில்லை"

**- ஸ்டீபன் ஹாக்கிங்**

"கோயில் இல்லா ஊரில் குடியிருக்க வேண்டாம்" என்பது முன்னோர்கள் சொன்ன முதுமொழி. இதற்கேற்ப ஊருக்கொரு கோயில் அல்ல! தெருவுக்கொரு கோயிலே கட்டி மக்கள் வழிபட்டு வருகின்றனர். "மதம் என்பது மனிதனுக்கு அபினி போன்றது" என்றார் காரல்மார்க்ஸ். எனவே, மக்களில் பெரும்பகுதியானவர்கள் தங்களுக்கு ஏற்படுகின்ற அச்சத்தின் காரணமாகவும், தங்களது குறைகளை தீர்த்து வைக்கும் இடமாகவும், பழக்க - வழக்கங்கள் காரணமாகவும், முன்னோர்கள் சொன்ன சொல்லை பொன்னே போல் போற்றுவது என்ற நம்பிக்கை காரணமாகவும், கடவுள் வழிபாடு என்பது காலங்காலமாக தொடர்கிறது.

இந்துக்களின் பிரதானமான கடவுள் பிரம்மா, விஷ்ணு, சிவன் ஆகியோர் தான். ஆனால், இது பல்கிப் பெருகி முப்பத்து முக்கோடி என்று ஆகிவிட்டது. பெருந்தெய்வ வழிபாடு, சிறு தெய்வ வழிபாடு, குல தெய்வ வழிபாடு, நாட்டார் தெய்வங்கள் என்று கோயில்களின் எண்ணிக்கை அதிகரித்துக் கொண்டே இருக்கிறது. தேர்தல்களை பயன்படுத்தி கிராமத்தாரின் வாக்குகளை மொத்தமாக போடுவதாக வாக்குறுதி கொடுத்து பெருந்தொகைகளை வேட்பாளரிடமிருந்து பெற்று கோயில் கட்டுவது போன்ற புதிய வழிமுறைகளையும் மக்கள் கையாளுகிறார்கள்.

மக்களின் ஏக்கப் பெருமூச்சுக்கு தீர்வு கிடைக்கிற வரை வேறு இடங்களில் தீர்வைத் தேடி மக்கள் போய்க் கொண்டே தான் இருப்பார்கள். கடவுள் தோற்றுவிக்கப்பட்ட காலத்திலிருந்தே அதற்கு எதிரான கருத்துக்களும் வேரூன்றி வந்துள்ளன.

நட்ட கல்லை தெய்வமென்று நாலுபுட்பம் சாத்தியே
சுற்றிவந்து முணமுணென்று சொல்லும் மந்திரம் ஏதடா?
நட்ட கல்லும் பேசுமோ நாதன் உள்ளிருக்கையில்
சுட்ட சட்டி சட்டுவம். கறிச்சுவை அறியுமோ?

- சித்தர்கள்

இருப்பினும், கடவுள் மறுப்பாளர்கள், நாத்திக எண்ணங்கொண்டவர்களின் கருத்துக்கள் ஒப்பீட்டளவில் சிறிய அளவிலேயே மக்களை கவ்விப் பிடித்துள்ளது.

இதற்குக் காரணம், அரசர்கள் மதங்களை ஆதரித்ததும், மதங்களையும், வழிபாடுகளையும் வழிநடத்துபவர்களாக பிராமணர்கள் இருந்தார்கள். பெரும்பாலான மன்னர்களின் சபையில் "ராஜகுரு" என்ற பெயரில் பிராமணர்கள் எல்லாவற்றையும் தீர்மானிக்கும் இடத்தில் இருந்ததை பயன்படுத்தி மதங்கள் வலுப்பெற்று வந்துள்ளன. நிலங்களை கொடையாக கொடுக்கும் பழக்கம் கி.பி.முதல் நூற்றாண்டில் தோன்றியதாக வரலாற்று பேராசிரியர் ஆர்.எஸ்.சர்மா குறிப்பிடுகிறார்.

பிராமணர்களுக்குத்தான் முதலில் நிலங்கள் மானியமாக கொடுக்கப்பட்டது. பிறகு பணி மானியம், என்றும், படை மானியம் என்றும் அதுவிரிவடைந்துள்ளது. "பிரம்மதேயம்" என்ற பெயரில் பிராமணர்களுக்கு நிலங்கள் கொடையாக வழங்கப்பட்டுள்ளன. பிறகு, கிராமங்கள் அதிலுள்ள மக்கள், உட்பட பிராமணர்களுக்கு கொடுக்கப்பட்டுள்ளது. நீதி, நிர்வாக அதிகாரமும் இதில் அடக்கம். இதிலிருந்து ஆட்சியதிகாரத்தில் பிராமணர்கள் எல்லையற்ற அதிகாரம் படைத்தவர்களாக விளங்கினார்கள் என்பதை உணர்ந்து கொள்ள முடியும்.

"பிரபஞ்சம் கடவுளின் ஆதிக்கத்தின் கீழ் உள்ளது
கடவுளர் மந்திரங்களின் ஆதிக்கத்தின் கீழ் உள்ளனர்
மந்திரங்கள் பிராமணர்களின் ஆதிக்கத்தின் கீழ் உள்ளன
ஆகவே பிராமணர்கள் கடவுளரே"

என மக்களின் மனங்களில் ஆதிக்கம் செலுத்துபவர்களாக இன்றும் பிராமணர்கள் விளங்குகின்றனர். இதை மறுத்துப் பேசினால், கலிமுத்திவிட்டது, கலியுகம் தான் காரணம் என்று வாயடைத்து விடுவார்கள்.

கடவுள் மீதான பற்றின் காரணமாகவும், தங்களது குறைகள் போக்கப்பட வேண்டுமென்பதற்காகவும், மக்கள் பலவிதமான காணிக்கைகளை கோயில்களுக்கு செலுத்தி வந்துள்ளனர். நிலம், கால்நடைகள், பொன், பணம், உடலுறுப்புகள், தலைமயிர் என அவரவர் வசதிக்கேற்ப வழங்கி வந்துள்ளனர். இதன் விளைவாக கோயில்களுக்கும், கோவில்களை நிர்வகிக்கும் மடங்களுக்கும் பெருஞ்செல்வங்கள் குவிந்துள்ளன.

கோயில் சொத்துக்களை மோசடியாக கைப்பற்றுவது, கோயில் சிலைகளை திருடி விற்பது, உண்டியலில் உள்ளவற்றை திருடுவது போன்றவையும் தொடர்ந்து நடைபெற்று வருகின்றன. தமிழ்நாட்டின் பல்வேறு கோயில்களில் இருந்த பழமையான விக்ரகங்கள் அமெரிக்கா, ஆஸ்திரேலியா, இங்கிலாந்து என பல நாடுகளில் காணக்கிடைக்கும் செய்திகள் வந்த வண்ணமுள்ளன. நிச்சயமாக அந்த சிலைகள் தானாக சென்றிருக்க முடியாது.

இந்து அறநிலையத்துறையின் ஆணையராக இருந்த திரு.சி.எம். ராமச்சந்திரன் அவர்கள் தமிழ்நாட்டில் நடந்த கோயில் திருட்டுக்கள் குறித்து “கோயில் பூனைகள்” என்ற தலைப்பில் ஒரு நூலை எழுதியுள்ளார்.

இந்தச் சூழ்நிலையில் தான் கோயில் சொத்துக்களை பாதுகாக்கவும், கண்காணிக்கவும், 1925ல் தமிழக அறநிலையத்துறை ஏற்படுத்தப்பட்டது. மத விவகாரங்களில் அரசு தலையிடக்கூடாது என்று கூக்குரல்கள் எழுப்பப்பட்டன. ஆனால், அரசு அதில் உறுதியாக இருந்தது. இதற்கான முறையான சட்டம் இயற்றப்பட்டு 1959ம் ஆண்டு அறநிலையச் சட்டம் அமலாகியது. இருப்பினும் இது மக்களுக்கு நேரடி தொடர்பில்லாத துறையாகவே இருந்தது. கோயில் மனைகளில் குடியிருப்பவர், வியாபாரம் செய்பவர்களுக்கான அடிமனை வாடகையை திடீரென்று அரசு உயர்த்தியதன் விளைவாக 2004ம் ஆண்டு தான் மக்கள் மத்தியில் இத்துறை குறித்த விபரங்கள் தெரிய ஆரம்பித்தது. கோயில் நிலங்களை மொத்தமாக விற்று வியாபாரம் செய்தவர்கள் மீது துரும்பைக் கூட தூக்கிப் போடாத அதிகாரிகள், முறையாக வாடகை செலுத்தி குடியிருந்து வருபவர்களை ஆக்கிரமிப்பாளர்கள் என்று வெளியேற்றும் செயலில் ஈடுபட்டனர். இதற்கெதிராக அம்மக்கள் ஒன்று சேர்ந்து சங்கமாக அணி திரள வேண்டிய கட்டாயத்திற்கு தள்ளப்பட்டனர்.

இந்த தேவையிலிருந்து உருவானது தான் "அனைத்து சமய நிலங்களை பயன்படுத்துவோர் பாதுகாப்பு சங்கம்" என்ற அமைப்பு.

கடந்த காலத்தில், கோயில், மடங்கள், அறக்கட்டளைகளுக்கு சொந்தமான நிலங்களில் குத்தகைதாரர்களாக இருந்த விவசாயிகளை கூடுதல் குத்தகை கேட்பது, இயற்கை இடர்பாடுகளால் விளைச்சல் குறைந்தாலும், விளையாமல் போனாலும், குத்தகை கொடுக்க கட்டாயப்படுத்துவது, இல்லையென்றால் குத்தகை உரிமையை பறித்து வெளியேற்றுவது, வருவாய் நீதிமன்றங்களில் வழக்கு தொடுப்பது என்று எவ்வித பாதுகாப்பு மற்று இருந்த குத்தகைதாரர்களை அணிதிரட்டி பாதுகாத்தது தமிழ்நாடு விவசாயிகள் சங்கம்.

இச்சங்கம் நடத்திய தொடர் போராட்டத்தின் விளைவாகவே 1955ம் ஆண்டு "சென்னை குத்தகை சாகுபடியாளர் பாதுகாப்புச் சட்டம்" இயற்றப்பட்டது. பிறகு, "தமிழ்நாடு குத்தகைதாரர் பதிவுச் சட்டம் 1969" இயற்றப்பட்டது. இந்த அனுபவத்தின் அடிப்படையிலேயே தமிழ்நாடு விவசாயிகள் சங்கத்தின் முன் முயற்சியில் இதன் இணைப்பு சங்கமாக "தமிழ்நாடு அனைத்து சமய நிலங்களை பயன்படுத்துவோர் பாதுகாப்பு சங்கம்" 2018ம் ஆண்டு உருவாக்கப்பட்டது. 20க்கு மேற்பட்ட மாவட்டங்களில், மாவட்ட அமைப்புகள் உருவாக்கப்பட்டு 2022 ஜூன் 6,7 தேதிகளில் இதன் முதல் மாநில மாநாடு மயிலாடுதுறையில் நடைபெற்றது. இடைப்பட்ட மூன்றாண்டு காலத்தில் பல்வேறு தொடர் போராட்டங்களை இந்த அமைப்பு நடத்தியதன் விளைவாகத்தான் தமிழ்நாடு அரசு கோயில் இடங்களில் குடியிருப்பவர்களுக்கு பட்டா வழங்கும் வகையில் அரசாணை எண் 318ஐ வெளியிட்டது.

இதை எதிர்த்து இந்து மதப் போர்வையில் சென்னை உயர்நீதிமன்றத்தில் வழக்கு தொடுக்கப்பட்டு நீதிமன்றத்தால் தடைவிதிக்கப்பட்டு அந்த அரசாணை செயல்வடிவம் பெறாமலே போய்விட்டது. இப்போதும், கோயில் நிர்வாகத்தில் அரசு தலையிடக்கூடாது என்றும், இந்து மதப் பாதுகாவலர்களிடம் கோயில்களை ஒப்படைக்க வேண்டுமென்ற கூக்குரல் எழுந்தது.

காலங்காலமாக அரசுக் கட்டுப்பாட்டில் தான் கோயில் இருந்து வந்துள்ளன. அர்ச்சனை, பராமரிப்பு என்பது தான் பிராமணர்கள் கட்டுப்பாட்டில் இருந்து வந்துள்ளது. கல்வெட்டுகள், செப்பேடுகள்,

ஓலைச்சுவடிகளில் இதற்கான ஆதாரங்கள் கண்டறியப்பட்டுள்ளன. அரசின் கட்டுப்பாட்டிலிருந்து கோவில்களை விடுவித்துவிட்டால் அதை மொத்தமாக சூறையாடவும், மதவெறி அரசியலின் மையமாகவும் கோயில்களை மாற்றலாம் என்ற தீயநோக்கத்துடன் தான் இத்தகைய கோரிக்கைகள் எழுப்பப்படுகின்றன. மக்கள் நலனுக்கான கோரிக்கைகளை முன்வைத்து போராடுபவர்களை தேச விரோதிகள், இந்து விரோதிகள் என்று முத்திரைகுத்தி அவதூறு, வெறுப்பு பிரச்சாரத்தை முன்னெடுப்பது, வன்முறையைக் கட்டவிழ்த்து விடுவது போன்ற இழிசெயலில் ஈடுபடுகின்றனர்.

காந்தியடிகள் "ஆழமான மதப்பற்றாளர். ஆனால் மதச்சார்பற்றவர்" என்பதை எவராலும் மறுக்க முடியாது. "என்னைப் பொறுத்தவரையில் ராமனும் ரஹீமும் ஒன்றுதான்" என்றார். இதன் காரணமாகவே, அவர் மதவெறியன் கோட்சேவால் படுகொலை செய்யப்பட்டார்.

ஒன்றிய ஆட்சியதிகாரத்தில் பிஜேபி அமர்ந்ததற்குப் பிறகு, வகுப்புவாத வன்முறைகளையும், மனிதர்களிடையே வேற்றுமையை வளர்ப்பதையும் மிகவும் தீவிரமாக செய்து வருகிறது. ஆனால், "மதத்தின் காரணமாக மனிதனிடமிருந்து மனிதனை பிரித்து வைப்பது முற்றிலும் தவறு என்பதில் நான் உறுதியாக இருக்கிறேன்" என்று 1942 ஜனவரியில் காந்தி எழுதினார்.

பெரும்பான்மை மதவெறியோ, சிறுபான்மை மதவெறியோ இரண்டையும் எதிர்த்து நின்றவர் காந்தி. அவர் 1947ல் "இந்துக்களை அழிப்பதன் மூலம் முஸ்லீம்கள் இஸ்லாத்துக்கு சேவை செய்ய இயலாது. மாறாக, அவர்கள் இஸ்லாம் மார்க்கத்தை அழிப்பவர்கள் ஆவார்கள். அதேபோல, இஸ்லாமியத்தை அழித்துவிடலாம் என்று இந்துக்கள் நம்புவார்களானால் அவர்கள் இந்து தர்மத்தை அழிப்பவர்கள் ஆவார்கள்" என்று எழுதினார். எனவே, மதவெறி எந்தவிதத்தில், எவரிடமிருந்து வெளிப்பட்டாலும், அதை எதிர்த்து முறியடிப்பது மதச்சார்பற்ற சக்திகளின் கடமை என்பதை வலியுறுத்துகிறோம்.

மதச்சார்பின்மை என்பதுதான் இந்திய அரசியல் சாசன கோட்பாட்டின் அடிப்படை. இதை தகர்ப்பதற்கு ஆர்.எஸ்.எஸ். தலைமையிலான சங் பரிவாரங்கள் தீவிரமாக செயல்படுகின்றன. பல நேரங்களில் ஆட்சியாளர்களும் இதற்கு அனுசரணையாக நடந்து கொள்ளும் நிகழ்வுகளும் நடைபெற்றுள்ளன.

நாம் முன்னெடுத்திருக்கும் கோரிக்கைகள் மதத்துக்கோ, கடவுள்களுக்கோ எதிரானது அல்ல! மாறாக, அங்கு வாழும் மக்களின் வாழ்வுரிமை, வாழ்வாதாரம் பாதுகாக்கப்பட வேண்டும் என்பதே. இதனால் தான், பயன்படுத்தும் இடங்களுக்கு கிரையம் தீர்மானித்து தவணை முறையில் பெற்றுக்கொண்டு மக்களுக்கு சொந்தமாக்க வேண்டும் என்று கோருகிறோம். இப்படிப் பெறப்படும் தொகை மூலம் கோயில் நிர்வாகம், பூஜைகள் எப்போதும் போல் சிறப்பாக நடைபெறுவதில் எந்த தடையும், ஏற்படாது. ஏழைகளுக்கு மட்டுமே அரசு இலவசமாக மனைப்பட்டா வழங்க வேண்டும் என்று கூறுகிறோம்.

குத்தகை விவசாயிகளுக்கு நிலம் இதே தன்மையில் சொந்தமாக்கப்பட வேண்டும். அதே போல் மடங்களுக்கு சொந்தமான இடங்கள், கோயில் இடங்களில் வாழ்பவர்கள், வக்ஃபோர்டுகளுக்கு சொந்தமான இடங்கள், தேவாலயங்களுக்கு சொந்தமான இடங்கள், அறக்கட்டளைகளுக்கு சொந்தமான இடங்களில் வசிப்பவர்கள் அனைவருக்கும் குடியிருப்பு பிரச்சனைகளுக்கு தீர்வு காணும் விதத்தில் அரசு நிரந்தரமான முடிவெடுக்க வேண்டும்.

பல லட்சக்கணக்கான குடும்பங்கள் மற்றும் விவசாயிகளின் நலன்களை பாதுகாக்கும் நோக்கத்துடன், செயல்பட்டு வரும் "அனைத்து சமய நிலங்களை பயன்படுத்துவோர் பாதுகாப்பு சங்கம்", வரலாற்று பூர்வமான விஷயங்களையும், அரசாணைகளையும், பயனாளிகள் செய்ய வேண்டியது என்ன என்ற முறையில் சிறந்த கையேடாக இந்த நூலை வெளியிட்டுள்ளது. பயனாளிகள் மட்டுமல்ல! அனைவரும் அவசியம் தெரிந்து கொள்ள வேண்டிய விஷயங்களின் தொகுப்பாக இந்நூல் வெளிவந்துள்ளது. இந்த முயற்சியில் தங்களை ஈடுபடுத்திக் கொண்ட அனைத்து தோழர்களுக்கும் பாராட்டுக்கள். பரவலாக மக்களிடம் கொண்டு செல்வதன் மூலம் இவ்வமைப்பின் கீழ் சம்பந்தப்பட்ட பயனாளிகளை திரட்டுவதற்கான கருத்தாயுதமாக இந்நூல் விளங்கும் என்பதில் ஐயமில்லை.

**பெ.சண்முகம்**

பொதுச்செயலாளர்

தமிழ்நாடு விவசாயிகள் சங்கம்

*31.05.2022*

# உள்ளடக்கம்

1

# கோவில்களும், குவிந்த அதன் சொத்துக்களும்

கோவில்கள் என்பன இயலாதவர்களின் ஏக்கப்பெருமூச்சுவிடும் இடமாகும். கோவில்களைப் பொறுத்த வரையில் உலகம்முழுவதிலும், ஏதேனும் ஒரு வடிவத்தில் அடையாளமாகி நிற்கின்றன. வழிபடுகின்ற இடங்கள் கோவில் என்றே அழைக்கப்படுகிறது. மசூதியாக இருந்தாலும் தமிழ்நாட்டின் வழக்கு மொழியில் அல்லா கோவில் என்கிறார்கள், கிருத்துவர் வணங்கும் சர்ச் என்றாலும் வழக்கு மொழியில் ஏசு கோயில் என்றே அழைக்கிறார்கள். கோயில் என்பது பொது இடம். அதன் சொத்துக்கள் பொது சொத்துக்களே இந்த அடிப்படையில் மக்கள் அனைவருக்கும் பொதுவான வழிபடும் இடமாக கோவில்கள் அமைந்திருக்க வேண்டும்.

## கோவில்கள் எதனால் தோன்றின

மனித சமூகம் பல நிலைகளைக் கடந்து வந்துள்ளது. பொதுவாகப் பார்ப்போமானால் பசி தீர்க்க உணவும், குளிர் போக்க உடையும், உறங்கி எழ வீடும், அவசியமானதாகிறது. இதன் இடையில் கோவில்கள், திருவிழாக்கள், விளையாட்டுகள், நாட்டியங்கள், சிற்பங்கள், ஓவியங்கள் வந்து கலக்கின்றன. மிருகங்களோடு மிருகங்களாக வாழ்ந்த மனிதகுலம் எந்த கடவுளையும் வணங்கவில்லை. கடவுள் என்பதும் தெரியாது, விலங்குகள் போல் சேகரித்து உண்ணும் நிலையில் இருந்த மனித சமூகம், பல வாழ்க்கை முறைகளை கடந்து வந்தது.

**"சேகரித்து உண்ணுதல்**

**வேட்டையாடி உயிர்பிழைத்தல்**

**கால்நடைமேய்த்து திரிதல்**

**விவசாயம் செய்து வாழ்தல்**

**தொழில் செய்து வளர்தல்"**

இந்த எல்லா நிலைகளிலும் தனக்கு மீறியதான சக்தி இருப்பதாகவும், அதன் உதவி தேவை என்றும், புரியாத

புதிர்களுக்கு அதுவே விடையென்றும் கருதினான். அதுவே கடவுள் நம்பிக்கையாயிற்று. அந்த நம்பிக்கையின் இருப்பிடம் கோவிலாயிற்று. இத்தகைய கோவிலுக்கு தன்னிடம் உபரியாக இருந்ததையும், தனக்கு விருப்பமானதையும் அளித்து மகிழ்ந்தான். இந்த நம்பிக்கையே அரசுகள் உருவான போது மக்களைக் கட்டுக்குள் கொண்டு வரும் ஆயுதமாயிற்று. அரசுகள் எந்த நிலையாக இருந்தாலும், குலங்களின் ஆட்சியானாலும் இனங்களின் ஆட்சியானாலும், சிற்றரசுகளானாலும், பேரரசுகளானாலும், ஜனநாயக குடியரசுகளானாலும், சர்வ வல்லமையான அரசானாலும் கடவுள்களையும், கோவில்களையும், துணை சேர்த்துக் கொண்டன.

சேகரித்து உண்ணும் மனிதகுலம், அன்றைக்கு தேவையானதை அடைந்ததும் கூடி மகிழ்ந்தார்கள், உணவு கிடைத்ததுக்கும், கிடைக்காமல் போனதுக்கும் காரணம் தன்னுடைய உழைப்பும், சூழலின் தன்மையும் மட்டுமே என அறியாமல் எல்லாவற்றையும் ஆளுகின்ற சக்தி இருப்பதாக நம்பி, பார்ப்பனவற்றையெல்லாம் வணங்கினான். பயன் கண்டவற்றையெல்லாம் வணங்கினான், தனது முன்னோர்களில் இறந்தவர்களையெல்லாம் வணங்கினான்.

வேட்டையாடும் நிலைக்கு மாறியபோது, வேட்டையாடிய மிருகங்கள், அடக்கி ஆண்டுகொண்டதை நினைவு கூறும் வகையில் தான் வணங்கும் கடவுளுக்கு வாகனமாக்கினான். தன்னால் எதிர்க்க முடியாத மிருகங்களையும், தனது கடவுள் அடக்கி விடுவதாக மிருகத்துடன் இணைத்து கடவுளையும் வணங்கினான். வேட்டையாடும் நிலையைக் கடந்து, கால்நடை மேய்த்தலை வாழ்க்கையாக மாற்றிய மனித சமூகம், அதற்கு ஏற்றவாறு கடவுள்களைப் புதுப்பித்தது. இத்துடன் பழைய கடவுள்களும் சேர்ந்து கொண்டனர்.

கால்நடைமேய்ச்சலுக்கு தண்ணீரும், புல்லும் தேவையானது, பள்ளமும், மேடுமான பகுதிகள் தேவையாக இருந்தது. நீர் நிரம்பிய இடங்களைச் சுற்றிலும் வாழ்க்கை அமைந்தது. இயற்கையான மழையையும், சூரியனையும், சந்திரனையும், ஆற்றையும், குளங்களையும், இடி மின்னலையும் கடவுளாக்கினான். கதைகள் கட்டினான். புராணங்களில் உருண்டு புரண்டான். பழைய கடவுள்களுடன் புதிய, புதிய கடவுள்களும் சேர்ந்து கொண்டன. அந்தந்த காலத்திற்குரிய வகையில் கோயில்களும் அமைந்தன. மரத்தடியிலும், ஆற்றங்கரையிலும், குளத்தின் மேட்டிலும் இருந்த கடவுள்கள், விவசாய வாழ்க்கை முறை வந்த போது கோவில்களும் நிலங்களுமாய் குவிந்தன.

காடுகளாய், கரம்புகளாய் இருந்த நிலங்கள் மேய்ச்சலுக்குரியவையாக இருந்தவை விவசாய நிலங்களாக மாற்றப்பட்டன. விவசாய நிலங்களானதும், அரசர்கள் நீர்ப்பாசன வசதியையும், காட்டு விலங்குகளிடமிருந்தும், அடுத்த நாட்டு பகைவர்களிடமிருந்தும் பாதுகாக்க விளைச்சலில் ஒரு பகுதியை 'புரவு' என்ற பெயரில் வரியாக வசூலித்தான். வரி வசூலிப்பதை நியாயப்படுத்தவும், ஆங்காங்கு வரியாக வசூலிக்கும் தானியங்களைச் சேமித்து வைக்கவும், இடங்கள் தேவைப்பட்டது. தானியங்களின் சேமிப்பை கோட்டையாகவும் கோவிலாகவும் இருந்த இடங்களில் குவித்து வைத்தான். இதனை கவனிக்க ஊர்சபை ஏற்பட்டது. இதுவே பிற்காலத்தில் கோவில் நிர்வாகமாகவும், கோயில்களில் குவிய ஆரம்பித்த களஞ்சிய தான்யங்களைப் பாதுகாப்பதாகவும் இருந்தது.

அரசுகள் நிலத்தின் விளைச்சலில் விளைபொருளாகவும், ரொக்கமாகவும் நில வரி வாங்கியதற்கு எடுத்துக்காட்டாக தஞ்சாவூர் பெரிய கோயில் கல்வெட்டுகள் சான்று தருகின்றன. மூன்று கல்வெட்டுகளில் காணப்படும் செய்தியானது, "மொத்தமாக கோவிலுக்கு வரவு வர வேண்டிய குத்தகை 1,15,000 கலம் நெல்லும், 3000 கழஞ்சு பொன்னும், 2000 காசும், 9 கலம் 1 குறுணி, 10 நாழி இலுப்பை எண்ணையும்" என தெரிவிக்கிறது. தொடர்ந்து நிலங்கள் உழுபவனிடமே இருந்துள்ளது. பல நாடுகளிலும் நிலங்கள் கோவிலுக்கு அளிக்கப்பட்டுள்ளது. ஈழம், சோழம், சேர, பாண்டிய, தொண்டை நாடு, நுளம்பாடி, கங்கவாடி ஆகிய ஊர்களின் நிலங்களிலிருந்தும் குத்தகை வந்தது.

வெள்ளான் வகை நிலங்கள் என்பன, தனிப்பட்ட விவசாயிகளுக்கு உரிமையும் உடைமையுமாக இருந்தன. இவ்வகை நிலங்களுக்காக அரசனுக்கு வரியாக விளைச்சலில் ஒரு பகுதியைத் செலுத்த வேண்டும். இத்தகைய நில வரி செலுத்தாத போது நிலங்களை விட்டு, விவசாயி வெளியேற்றப்பட்டான். ஊர்சபை நிலங்களுக்கு விலை நிர்ணயம் செய்த போது, அரசுக்கு செலுத்த வேண்டிய வரி நிலுவையையும் சேர்த்தே கணக்கிட்டது. நிலங்களுக்கு விலையை ஊர்சபை நிர்ணயித்து விற்பனை செய்தது. இப்படி விற்பனையாகும் நிலத்தினை கோவில்கள் விலைக்கு வாங்கி சேர்த்துள்ளன. நிலங்களை சேர்த்தபின் அரசுகளிடம் முறையிட்டு இறையிலி நிலங்களாக அறிவிக்க செய்தது உண்டு. இப்படியாக அரசர்கள் கோவிலைச் சார்ந்தும், சாராமலும் பல வகையான நிலங்களை, வரி இல்லாத நிலமாக்கினார்கள்.

| | | |
|---|---|---|
| 1 | தேவதானம் | சிவன் கோயில்களுக்கு ஒதுக்கிய நிலம் |
| 2 | திருவிளையாட்டம் | பெருமாள் கோவில்களுக்கு தானமாக தந்த நிலங்கள் |
| 3 | பள்ளிசந்தம் | சமண, பௌத்த கோவிலுக்கு கொடுத்த நிலங்கள் |
| 4 | மடப்புரம் | மடங்களுக்கு கொடுத்த நிலங்கள் |
| 5 | தர்மதாயம் | ஊர் பொது காரியங்களுக்கு விடப்பட்டவை |
| 6 | சாலபோகம் | பிராமணர்களுக்கு உணவு தருவதற்கான நிலங்கள் |
| 7 | பிரம்மதேயம் | பிராமணர்களுக்கு பொது காரியங்களுக்கு தரப்பட்ட நிலங்கள் |
| 8 | சோத்திரியம் | தனிப்பட்ட பிராமண குடும்பங்களுக்கு கொடுத்த நிலம் |
| 9 | கைகெட்டி | பிராமணர் அல்லாத இதரர்களுக்கு கொடுத்த நிலங்கள் |
| 10 | ஜீவிதம் | அரசாங்க பணியில் உள்ளவர்களுக்கு ஊதியத்திற்கு பதில் கொடுத்த நிலம் |

மேற்கண்ட நிலங்கள் வரியில்லாத நிலங்களாக இருந்தன. வரிகட்டக்கூடிய வெள்ளான் வகை நிலங்களை அரசு நிர்ப்பந்தம் கொடுத்து, விலைக் கொடுத்து வாங்கி பிரம்மதேயமாக மாற்றியுள்ளதற்கான ஆதாரங்கள் கல்வெட்டில் உள்ளன. வெள்ளான்வகை நிலங்களை விட்டு ராஜராஜசோழன் காலத்தில் விவசாயிகளை வெளியேற்றிட நிர்பந்திக்கப்பட்டது. வெளியேற்றிவிட்டு நிலங்களை பிரம்மதேயமாக அறிவித்ததற்கு ஆதாரமான கல்வெட்டுக்கள் தஞ்சை மாவட்டம் அய்யம்பேட்டை அருகில் உள்ள கோயில்களில் உள்ளது. குந்தவை நாச்சியார் தனது சேமிப்பு பணத்திலிருந்து விலைகொடுத்து வெள்ளான்வகை நிலங்களை வாங்கி அதனை பிராமணர்களுக்கு தானமாகக் கொடுத்தார். நிலத்தை விற்ற விவசாயிகள் ஊரைவிட்டு வெளியேறி காடுகரம்புகளைத் திருத்த சென்றுவிட்டனர். ராஜராஜசோழனால் செய்ய முடியாததை அவரது தமக்கையார் குந்தவை நாச்சியார் விலைக்கொடுத்து சாதித்துள்ளார். அன்றும் இன்றும் பணத்தின் அடிப்படையிலேயே சொத்துகள் பரிமாற்றமடைந்துள்ளது.

இவ்வாறாக நில உரிமைகள் கோயிலுக்கும், கோயில் சார்ந்த பிராமணர்களுக்கும் வரியில்லாத நிலங்களாகவும், இதரவர்களுக்கு வரி உள்ள நிலங்களாகவும், நடைமுறையில் இருந்தன. இந்த மான்ய நிலங்கள் யாவும், கோயிலில் குறிப்பிட்ட பணிகளுக்கு அளிக்கப்படுகிற ஊதியத்திற்குப் பதில் நிலங்களாக தந்தவைகள் ஏராளம். இவைகள் காலனி ஆதிக்க காலத்தில் மாற்றமடைந்தன. விளைச்சலில் பங்குபெற்ற அரசுக்கு, இப்போது விளைந்தாலும், விளையாவிட்டாலும் நிரந்தரமாக தொகை நிலவரியாக சேர்ந்தது. இனாம்கள் ரயத்துகளாக மாறியது. எல்லா நிலங்களும் அரசு வரிக்கு உட்பட்டது. மேல்வாரம், குடிவாரம் என இரண்டாக பிரித்தது. அரசுக்கு சென்ற நில உரிமை வரி மேல் வாரமாகவும், உழுது நிலத்தை உடமையாக வைத்தவனுக்கு குடிவாரமாகவும் மாறியது. இதில் கோயில்கள் இருவார உரிமையும் பெற்றது.

வெள்ளையன் ஆட்சியில் எல்லா நிலங்களும் அளக்கப்பட்டன. இதற்கு முன் ராஜராஜன் காலத்திலும், குலோத்துங்க சோழன் காலத்திலும் அளக்கப்பட்டதாக கல்வெட்டில் கூறுகின்றன. அளந்ததில் கழித்தது போக மீதம் உள்ளதற்கு நில வரி வசூலித்தனர். காலனி ஆதிக்கத்தில், நிலவரி செலுத்தாத போது, நிலங்கள் பொது ஏலத்தில் விடப்பட்டன. நில ஏலம் எடுத்தவர் வரியை தொடர்ந்து கட்டிவர வேண்டும். நஞ்சைக்கும், புஞ்சைக்கும் வேறு வேறு நில வரிகள். நஞ்சையிலும் தரத்துக்கு ஏற்றது போல் வரி நிர்ணயம் ஆனது.

இப்போதுள்ள கணக்கின்படி,

| கோவிலுக்கு சொந்தமான நிலங்கள் | |
|---|---|
| நஞ்சை | 2,08224.5 ஏக்கர் |
| புஞ்சை | 2,63,296.7 ஏக்கர் |
| மானாவரி | 18761 .9 ஏக்கர் |
| | |

# 2

# கோவில்களின் நிர்வாகம்

அறநிலையத்துறையின் கீழ் சமய நிறுவனங்களாக சிவ, வைணவ, தாய் தெய்வ, நாட்டார் கோயில்கள், மடங்கள், கட்டளைகள், சமண மதக் கோயில்கள் ஆகியன உட்படுத்தப்பட்டுள்ளன. இதில் கோவிலுடன் இணைந்த கட்டளைகள், குறிப்பிட்ட கட்டளைகள் இணைந்துள்ளன. இவைகள் எல்லாமும் ஒழுங்காக நிர்வகிக்க சட்டமும், விதிகளும், சுற்றறிக்கைகளும், அரசாணைகளும் அவ்வப்போது பிறப்பிக்கப்படுகின்றன. இதன்படியான அறநிலையங்கள் விவரம்,

| | |
|---|---|
| கோவில்கள் எண்ணிக்கை | 36635 |
| மடத்துக்கு உரிய கோவில்கள் | 68 |
| அறக்கட்டளைகள் | 45 |
| சமணர்களின் கோவில்கள் | 1910 |
| கூடுதல் | 38675 |

இந்த கோவில்கள், அதனைச் சார்ந்த கட்டளைகள் யாவும், அறநிலையத்துறையின் கண்காணிப்பில் இயங்குகின்றன. இவற்றில் மடங்களின் கட்டுப்பாட்டில் 68 கோயில்கள் உள்ளன. மிகப்பெரிய அளவில் சொத்துக்கள் உள்ள மடங்களை கட்டுப்படுத்தல் அவசியமானது. தருமபுரம் மடத்தின் கீழ் 27 கோவில்களும், மதுரை ஆதினத்தின் கீழ் 3 கோவில்களும், திருவாடுதுறை மடத்தின் கீழ் 31 கோவில்களும், குன்றக்குடி ஆதீனத்தின் கீழ் 5 கோயில்களும், உள்ளன. மொத்தம் உள்ள 4,5000 கோவில்களிலும், கட்டளைகளிலும் பெறக்கூடிய வருமானங்களின் அடிப்படையில் நான்கு வகைகளாகப் பிரிக்கப்பட்டுள்ளது.

| | | | |
|---|---|---|---|
| i. | 10000க்கு கீழ் ஆண்டு வருமானம் உள்ள கோயில்கள் | 34,119 | 88.22 சதம் |

| ii. | 10000க்கு மேல் 20000க்குள் வருமானம் உள்ள கோவில்கள் | 3,528 | 9.10 சதம் |
|---|---|---|---|
| iii. | 20,000க்கு மேல், 10 லட்சத்துக்கு வருமானம் உள்ள கோவில்கள் | 492 | 1.27 சதம் |
| iv. | 10 லட்சத்துக்கு மேல் வருமானம் உள்ள கோவில்கள் | 536 | 1.39 சதம் |
| | மொத்தம் | 38,675 | |

இப்பட்டியலின் படி பரிசீலித்த வகையில் இரண்டு லட்சத்திற்கு மேல் வருமானம் பெறக்கூடிய கோவில்கள் 2.66 விழுக்காடு மட்டுமே உள்ளது. ஏறக்குறைய 97 விழுக்காடு கோவில்கள் போதுமான வருமானமின்றி நிர்வகிக்க முடியாமல் திணறுகிறது.

இக்கோவில்களை நிர்வகிப்பது பரம்பரை அறங்காவலர்கள், நியமன அறங்காவலர்கள் மடங்கள், இவர்களுடன் சேர்த்து அரசு அலுவலர்களான நிர்வாக அலுவலர்கள் 629 நபர்கள், இந்த அரசு அலுவலர்கள் பல நிலைகளில் பணி புரிகின்றனர்.

மேற்கண்ட திருக்கோவில்கள் எண்ணிக்கை அவ்வப்போது அதிகரித்துக் கொண்டுள்ளன. புதிய கோவில்கள் புதிய நகரங்களில் கட்டுவதும், இதுவரை கட்டுப்பாட்டில் வராத கோவில்கள் தற்போது அறநிலையத்துறைக்குள் வருவதுமான நிலையால் எண்ணிக்கை கூடுதலாகின்றது.

## இத்திருக்கோவில்கள் எவ்வாறு நிர்வகிக்கப்பட்டு வந்தன?

கோவில்கள் எந்த மாதிரியாக நிர்வகிக்கப்பட்டு வந்தன என்பதற்கு சங்க இலக்கியங்களில் தரவுகள் ஏதுவும் இல்லை. காடுகளில் வழிபட்டு வந்ததும் அங்காடிகளில் வழிபட்டு வந்ததும் மட்டுமல்லாமல், கடற்கரையில், ஊர்களில், மக்கள் கூடும் மன்றங்களிலெல்லாம் வழிபாடுகள் நடந்துள்ளன. அதன் சொத்துக்களும் நிர்வாகமும் குறித்து தெளிவாக அறிய முடியவில்லை.

கி.பி. 8,9 ஆம் நூற்றாண்டுகளில் திருத்தொண்டத் தொகைக் காலத்தில் சிறிதளவு கோவில் நிர்வாகம் பற்றிய செய்திகள் உள்ளன. எந்த கோவில்களிலும் தாழ்த்தப்பட்டவர்களை அனுமதித்தது குறித்தோ, ஏழைகளுக்கு உணவளித்தது குறித்தோ செய்திகள் இல்லை. தனிப்பட்ட நபர்களே ஏழைகளுக்கும், சந்நியாசிகளுக்கும், உணவளித்துள்ளனர். பெண்கள் கருவறைக்குள் சென்று வழிபாடு செய்ததும், தனி நபர்களே தீப தூபம் இட்டதும், நால்வகை மலர்களால் அறுவகை மாலைகள் தொடுத்து வழிபட்டதும் தெரிகிறது. ஆனால் ராஜராஜ சோழன் காலத்து கல்வெட்டுகளில் கோயில் நிர்வாகம் பற்றிய நிறைய தகவல்கள் உள்ளன.

கோவில்களை ஊர்சபை அல்லது கிராம சபை நிர்வகித்த விபரம் தெரிகிறது. ஊர் சபை கோவிலுக்கான குத்தகையை வசூலிப்பதும், நிர்வகிப்பதும் தெரிய வருகிறது. கோவிலுக்காக நிலங்கள் வாங்கியதும் ஊர் சபையே. ஏறக்குறைய ஊர் சபை என்பது இன்றைய அறங்காவலர் குழு போன்றதே ஊர் சபை என்பதில் நிலமுடையோரே பங்கேற்றனர். கோவில் நிர்வாகிகள் பெயர் அவருக்கான ஊதியம் அல்லது மானிய நிலம் குறித்த விபரங்கள் ராஜராஜ சோழன் காலத்தில் கல்வெட்டில் பதிக்கப்பட்டுள்ளது. ஊர்சபை என்பதில் நிலவரி கட்டும் ஊர்க்காரர்கள் இடம் பெற்றிருப்பர். சபை என்பதில் பிராமணர்கள் மட்டுமே இடம் பெற்றிருப்பர், வரியில்லாத நிலம் வைத்திருந்தாலும் சபையில் பிராமணர்களுக்கு இடம் உண்டு.

கோவிலுக்கான நிலங்கள் விபரமும், நிலத்திலிருந்து கிடைக்கும் வரவும் அதன் செலவும் தஞ்சை பெரிய கோவில் கல்வெட்டில் உள்ளன. ஆடல் மகளிர் 400 பேர் இருந்துள்ளனர். இவர்களுக்கு 400 வேலி நிலம் மானியம் தரப்பட்டுள்ளது. (வேலி - 6.66 ஏக்கர்) இதிலிருந்து வேலிக்கு 100 கலம் நெல் குத்தகை நிர்ணயம் செய்யப்பட்டுள்ளது. இது ஊழிய மான்யமாகும். இந்த நாட்டிய மகளிர் வேலை செய்ய வாராத நிலையில் பதிலியை நியமித்து பணியை நிறைவேற்ற வேண்டும். இத்தகைய மானியக்காரர் இறந்தால், அவ்விடத்திற்கு வாரிசு இல்லாத போது ஊர்சபை வேறு ஒருவரை நியமித்து, மான்ய நிலத்தை புதியவருக்கு வழங்கும், இப்போதைய சட்டத்தில் ஊழியர் நின்றால், மானிய நிலம் சட்டப்பிரிவு 41ன் படி மாவட்ட ஆட்சியரின் அதிகார வரம்பிற்குள் வந்துவிடும்.

இக்கோவிலுக்கு உரிய மொத்த குத்தகை 1,15,000 கலம் நெல்லும், ரொக்கக் குத்தகை 2000 காசுகளும் வரவு வந்துள்ளது. மற்றொரு கல்வெட்டில் காசுக்கு நிகரான மதிப்பு தரப்பட்டுள்ளது.

*1 காசுக்கு 2 ஆடு*

*2 காசுக்கு 1 பசு*

*3 காசுக்கு 1 எருமை* என மதிப்பிடப்பட்டது. 2000 காசு ரொக்க குத்தகை என்றால் அதன் மதிப்பை தெரிந்து கொள்ளலாம். கோயில் நிர்வாகம் குறித்த தெளிவான செய்திகளை தஞ்சாவூர் பெரிய கோயில் கல்வெட்டில் காணலாம். கோவிலின் தீப எண்ணைக்காக இலுப்பைத் தோப்புகள் மான்யமாக தரப்பட்டுள்ளன. சோழர்கள் காலத்திற்கு பின்பு ஆட்சிக்கு வந்த நாயக்கர்கள், தங்கள் காலத்தில் சோழர்கள் செய்துவந்த கோவில் நிர்வாகத்தை மாற்றாமல் தொடர்ந்தனர். மேலும் கூடுதலாக மான்யங்கள் அளித்தனர். ஊழியர்களை கூடுதலாக்கினர், திருப்பணிகள் செய்தனர். கோவிலை அரசு நிர்வாகத்தின் மையப் பொருளாக மாற்றினர்.

நாயக்கர்கள் அரசாட்சி நலிவுற்றதும், மராட்டியர்கள் ஆட்சிக்கு வந்தனர். மராட்டியர்கள் காலத்தில் கோவில் நிர்வாகத்தை மேலும் கெட்டிப்படுத்தினர். பொது தர்மத்தை கோவிலில் இருந்து பிரித்து கூடுதலான அன்னசத்திரங்களை நிறுவினர். வழி போக்கர்களுக்கு உணவு அளிப்பதற்கு கூடுதல் மான்யம் தந்தனர்.

ஆங்கிலேயே ஆட்சிகாலம் மராட்டியர்களுக்கு பின்ஏற்பட்டது. இதில் குறிப்பிட வேண்டியது கோவில் நிலங்களில் தானியங்கள் விளைவிக்கப்பட்டு இருந்தால் அதற்காக குத்தகை நிர்ணயம் செய்து வசூலிக்கப்பட்டது. கோவிலுக்கு சொந்தமான வீடுகளுக்கோ, மனைகளுக்கோ எந்த வரியும் விதிக்கப்படவில்லை. வரி நீக்கப்பட்ட விபரம் கல்வெட்டில் உள்ளது. ஆனால் இன்று கோவிலின் மனைகளுக்கும், வீடுகளுக்கும் இதர தனிப்பட்ட நபர்கள் போன்று வாடகை வசூலிக்கப்படுகிறது.

தஞ்சாவூர் பெரிய கோவில் கல்வெட்டில் எந்தந்த நிலங்களுக்கு வரி நீக்கம் என்று சொல்லும் போது 6 வகையான நிலங்களுக்கு விலக்களிக்கப்பட்டது.

1. ஊர் நத்தம்
2. குளங்கள்
3. ஊரை ஊடறுத்து செல்லும் வாய்க்கால்கள்
4. சுடுகாடு
5. கம்மாளச்சேரி
6. பறைச்சேரி

இதில் கோவில் நிலங்களில் வேலை செய்வோர்கள், சேரிகளில் வாழ்வதற்கும், கோவில் கட்டுவதற்கும், இதர பணிகளுக்குமாக கம்மாளர்கள் வாழ்வதற்கும் உள்ள இடங்களுக்கு வரியுமில்லை வாடகையுமில்லை.

கோவில் ஊழியம் செய்யும் தளிச்சேரி பெண்கள் 400 பேருக்கும் 400 வீடுகள் கொடுக்கப்பட்டது. அவர்கள் பெயரும், வீட்டு எண்ணும் கோவில் கல்வெட்டில் பதியப்பட்டது. இவர்களுக்கும் வீட்டு வாடகை இல்லை. இந்த நிலையே அரசர்கள் காலம் வரையிலும் தொடர்ந்தது. அதன்பிறகு மனைகளுக்கும், வீடுகளுக்கும் வாடகை பெயரளவிற்கு நிர்ணயமானது. இந்த வாடகைகள் இப்பொழுது தலைதெறிக்கும் வேகத்திற்கு உயர்ந்து விட்டது. இதற்கு முன் விளைச்சலில் பங்கு பெறுவது இருந்தது. வெள்ளையன் ஆட்சியில் நிலத்திற்கு விளைந்தாலும், விளையாவிட்டாலும் வரி கட்ட வேண்டிய நிலை ஏற்பட்டது.

கோவில்களை ஊர்சபை நிர்வகித்து தொடர்ந்தது. பிரிட்டிஷ் காலனி காலத்தில் கோவில் நிலங்களின் மீதான வரி நிர்ணயம் செய்யப்பட்டது. நிலவரி பொதுவாக கூடியது. ரயத்து நில வரி உண்டாயிற்று. இனாம் நிலங்கள் வரிகட்டும் நிலங்களாகியது. இந்து மத கோவில் நிர்வாகங்கள் ஒழுங்கற்று இருப்பதாக தெரியவந்ததால் இவைகளை ஒழுங்கமைக்க விதிகள் ஏற்பட்டன. ஆலய சொத்துக்கள் நிர்வகிப்பது காலணி ஆதிகத்தின் வருவாய்துறை மேற்கொண்டது. ஆங்கிலேயர்கள் கிருத்துவர்கள், ஆகையால் இந்து கோவில் நிர்வாகத்தில் தலையிடக்கூடாது என்ற கோஷம் எழும்பியது. கிருத்துவ மிஷினரிகளோ, கிருத்துவனுக்கு இந்து கோயிலைப் பாதுகாக்க அவசியம் இல்லை என்ற கோணத்தில் எழுந்தனர். கோவிலை ஒட்டிக்கொண்டிருந்த கூட்டமோ, இந்து தர்மத்திற்குள் கிருஸ்துவன் நுழையக் கூடாது என கூறினர்.

இந்நிலையில் ஆட்சியாளர்கள் கோவில்களின் நிர்வாகத்தை அப்படியே கைவிட்டுவிட்டு வெளியேறினர். இதில் ஏராளமான முறைகேடுகள் நடத்தன. நிலங்கள் அபகரிக்கப்பட்டன. கோவில் சொத்துக்கள், வழிபாடு செய்யும் நிர்வாகிகளால் சூறையாடப்பட்டன. மீண்டும் பிரிட்டிஷ் நிர்வாகம் தலையிட்டது. அரசின் கவனம் கோயில் நில நிர்வாகம் மீது திரும்பியது. இது படிப்படியாக வளர்ந்து மாறியது. இறுதியில் இந்திய நாடு சுதந்திரம் அடைந்த போது 1959ம் ஆண்டு அறநிலையச் சட்டம் அமலாகியது. அதன் படி இப்போது கோயில்கள் நிர்வகிப்பபடுகிறது.

| *1970களில் கோயில் நிர்வாகம்* | *இன்றைய கோவில் நிர்வாக அமைப்பு* |
|---|---|
| \| | \| |
| *அமைச்சர்* | *அறநிலைய அமைச்சர்* |
| \| | \| |
| *அரசு செயலர்* | *அரசு செயலாளர்* |
| \| | \| |
| *ஆணையர்* | *ஆணையர்* |
| \| | \| |
| *துணை ஆணையர் (4)* | *கூடுதல் ஆணையர்கள் (அவ்வப்போது எண்ணிக்கை அதிகரிக்கும்)* |
| \| | \| |
| *உதவி ஆணையர் (7)* | *இணை ஆணையர்கள் (20+11 எண்ணிக்கைஎப்போது கூடும் எனத் தெரியாது)* |
| *செயல் அலுவலர்கள்* | \| |
| \| | |
| *நிலை i எண்ணிக்கை* | *துணை ஆணையர்கள் (15+9 கூடிக் கொண்டிருக்கும்)* |
| \| | \| |
| *நிலை ii* | |
| \| | *உதவி ஆணையர்கள் (36+27 எப்போதும் எங்கே அதிகரிக்கும் என தெரியாது)* |

நிலை iii
|
நிலை iv

|
செயல் அலுவலர்கள்
நிலை i (100)
|
நிலை ii (117)
|
நிலை iii (250)
|
நிலை iv (154)

ஆகிய அதிகார வரம்பு நிலை அரசு அலுவலர்கள் உள்ளனர். மேற்கண்ட பட்டியல் படி 1970ல் இருந்த அலுவலர்களின் எண்ணிக்கை உயர்ந்தும், புதிய பதவிகள் ஏற்படுத்தியும் விரிவுபடுத்தப்பட்டது. ஆனால் தளத்தில் வேலை செய்யக்கூடிய செயல்அலுவலர்கள் எண்ணிக்கை மிகக்குறைவான அளவிலேயே உயர்த்தப்பட்டது. இதே நேரத்தில் கோயில்களின் எண்ணிக்கை கூடியது.

கோவில் வரவு செலவுகளை தணிக்கை செய்ய தனி அலுவலர்கள் அரசின் நிதித்துறையின் கீழ் இயங்கி வருகிறது.

பொறியாளர்கள், ஸ்தபதிகள் ஆகியோர்கள் பணியமர்த்தப்பட்டு பணி செய்து வந்தனர். இவர்கள் நில நிர்வாகத்துடன், குத்தகைதாரருடன் தொடர்புடையவர்கள் இல்லை.

1972 அறநிலையத்துறையின் கட்டுப்பாட்டில் இருந்த கோயில்கள் 12,038. 4 துணை ஆணையர்கள், 14 உதவி ஆணையர்கள் இருந்தனர். நிர்வாக அலுவலர்கள் 420, அறநிலையத்துறை கணக்கீட்டின்படி 20 கோயில்கள் உட்பட சுமார் 44,000 கோயில்கள் உள்ளன. தொகுப்பாலயங்கள் ஒன்றாக இணைத்தால் 38,099 கோயில்கள் உள்ளன. இதனை நிர்வகிக்க நிர்வாக அலுவலர்களுக்கு, அறங்காவலர்களும் நியமிக்கப்படுகின்றனர். இதில் 668 நிர்வாக அலுவலர்கள் அரசாங்க ஊழியர்களாகும். அறங்காவலர்கள் அரசு ஊழியர்களாவர். ஆயினும் எல்லா நிர்வாக அதிகாரங்களும் அறங்காவலர்கள் குழுவுக்கு உள்ளது.

அறநிலைய சட்டப்படி ஒவ்வொரு கோவிலுக்கும் 5 அறங்காவலர்கள் வரை நியமனம் செய்யப்படுவார்கள். இவர்களில் ஒருவர் பெண்ணாகவும், மற்றொருவர் பட்டியல் இனத்தவராகவும் இருப்பவர்கள் நியமனம் செய்தல் வேண்டும். அறங்காலவர்களின் நிர்வாகம் அறநிலைய சட்ட விதிகளின் படி நடைபெறுவதைக் கவனிக்க வேண்டியது அறநிலையத்துறையின் பணியாகும்.

தற்போது சுமார் 10 ஆண்டுகளாக அறங்காவலர்கள் முழுமையாக நியமிக்கப்படவில்லை. ஒரு சதம் கோயில்களில்கூட அறங்காவலர்கள் நியமனம் ஆகவில்லை. பணியில் உள்ள நிர்வாக அதிகாரிகள் காலியிடம் போக 600 மட்டுமே தற்போது பணியில் உள்ளனர். இவர்களது தலைமீது சுமார் 38099 கோவில்களின் நிர்வாகமும் சுமத்தப்பட்டுள்ளது. விரல்விட்டு எண்ணக்கூடிய கோயில்களைப் பரம்பரை அறங்காவலர்கள் நிர்வகிக்கிறார்கள். மடங்களின் நிர்வாகத்தில் உள்ள கோயில்கள் அந்தந்த ஆதீனங்களால் நிர்வகிக்கப்படுகிறது. பூஜை புனஸ்காரங்கள் தொடர்பாக அர்ச்சகர், அத்யாபாகர், பரிசாரகர், மேளம், போன்றவர்களும் பாதுகாப்பு தொடர்பான காவலர்களும், வசூல் தொடர்பான எழுத்தர்களும், உள்துறைப் பணியாளர்கள், வெளித்துறைப் பணியாளர்கள் என வகைப்படுத்தப்பட்டுள்ளனர். சட்டவிதிகளின் படி நியமிக்க வேண்டிய அறங்காவலர்கள் நியமிக்கப்படாததால், நாளுக்கு நாள் ஆலய நில நிர்வாகத்தில் பொது மக்களின் பங்கு குறைந்து கொண்டே வருகிறது.

# 3

# அறநிலையத்துறை தோன்ற காரணமும், தொடர்வதற்கான சூழலும்

அறநிலையத்துறை தோன்றுவதற்கான காரணம் குறித்து மிக தெளிவாக 26.4.2021 தீக்கதிர் பத்திரிக்கையில், அனைத்து சமய நிலங்களை பயன்படுத்துவோர் பாதுகாப்பு சங்கம் மாநில அமைப்பாளர் அவர்கள் எழுதிய கட்டுரையின் சாராம்சம் இத்தலைப்புக்கு ஏற்றதாகும். அதன் படி,

“தமிழகத்தில் இந்து சமய அறநிலையத் துறையின் கட்டுப்பாட்டில் உள்ள கோவில்களை இந்து ஆன்றோர், மடம், ஆதினங்களிடமே ஒப்படைக்க வேண்டும். கோயில்களை விட்டு அறநிலையத்துறை வெளியேற வேண்டும் என்ற கூக்குரல் இன்று, நேற்றல்ல இந்து சமய அறநிலையத்துறை துவங்குவதற்கு முன்பிருந்தே எழுப்பப்படுகிறது.

மதுரை மீனாட்சியம்மன் கோயிலில் ஏற்பட்ட தீ விபத்தை தொடர்ந்து, தமிழக கோவில்கள் அனைத்திலிருந்தும் அறநிலையத்துறை விலக வேண்டுமென பாஜக தலைவர்கள்சுப்பிரமணியசாமி, எச்.ராஜா உட்பட பலர் பேசிவருகின்றனர். அந்த வரிசையில் தற்போது கோவை ஈசா மையத்தின் நிறுவனர் ஜக்கி வாசுதேவ் இணைந்துள்ளதோடு, அறநிலைய துறையிடமிருந்து கோவில்களை மீட்பதற்காக என்று ‘கோவில் அடிமை நிறுத்து’ என ஒரு இயக்கத்தை துவங்குவதாக அறிவித்துள்ளார். இவருக்கு பின்னால் ஆர்.எஸ்.எஸ் மற்றும் பாஜக பின்புலமாக உள்ளது என்பதை அனைவரும் அறிவர். ஏன் இவர்களுக்கு தமிழகத்தில் உள்ள பல லட்சம் கிராமக் கோவில்களைப் பற்றியெல்லாம் கவலை ஏற்படாமல் இந்துசமய அறநிலையத்துறை கட்டுப்பாட்டில் உள்ள கோவில்கள் மீது மட்டும் இவ்வளவு கரிசனம் என்றால், அந்த கோவில்களின் பெயரில் உள்ள சொத்துக்களை கைப்பற்றுவதற்கு தான் என்ற உண்மை புலப்படும். அதுமட்டுமல்ல மன்னர்கள் காலம் தொட்டு கோவில்களை தங்களின் கட்டுப்பாட்டில் வைத்திருந்த

உயர்சாதியினர் ஆகம விதிகள் என்று கூறி தங்களின் வர்ணாசிரம தர்மத்தை நிலைநாட்டி வந்தனர். கோவில் சொத்துக்களை தங்களின் சொத்துக்களாகவே தொடர்ந்து அனுபவித்து வந்தவர்கள், கடவுள் பெயரால் சாதிய அடுக்குமுறை அப்படியே தொடர வேண்டும் என இன்றளவும் செயல்படுகின்றனர். இதை மேலும் கெட்டிப்படுத்திக் கொள்வதற் காகத்தான் தற்போது மத்திய அரசின் அரசியல் அதிகாரத்தை பயன்படுத்திக் கொண்டு மீண்டும் தமிழக கோவில்களை தங்களின் கட்டுப்பாட்டில் கொண்டு வர துடிக்கின்றனர்.

## அறநிலையத்துறை துவங்குவதற்கு முன்பும் - பின்பும்

கோவில்களுக்கு ஆரம்பம் முதலே பல்லாயிரம் ஏக்கர் நிலங்களும், சொத்துக்களும் இருந்து வந்த நிலையில் இவற்றை நிர்வகிப்பதில் உயர் சாதியினர் ஆதிக்கம் மட்டுமே மன்னர்கள் காலம் தொட்டு நீட்டித்து வந்தது. இவர்கள் கோவில் சொத்துக்களை தங்களுடையசொத்துக்களாகவே கருதி பல்வேறு ஊழல் முறைகேடுகளில் ஈடுபட்டனர். எனவே குடிமக்கள் அப்போது ஆட்சி செய்த மன்னர்கள், கிழக்கிந்திய கம்பெனியிடமும் புகார்களை எழுப்பி வந்தனர். இந்நிலையில் தான் 1817ல் முதல்முறையாக மதராஸ் நிலக்கொடைகள் மற்றும் வாரிசு இன்மையால் அரசுப் பொருட்கள் ஒழுங்கு குறித்தும் சட்டம் உருவாக்கப்பட்டது. இதன் மூலம்கோவில்களுக்கு வரும் அறக்கொடைகள் முறையாகபயன்படுத்தப்படுகிறதா அல்லது தனிப்பட்டவர்கள் நலன்களுக்காக பயன்படுகிறதா என கண்காணிக்கப்பட்டது. 1849ம் ஆண்டு வரை 21 ஜில்லாக்களில் 8292 கோவில்கள் அரசின் நேரடி நிர்வாகத்தின் கீழ்கொண்டு வரப்பட்டன. ஊழல் புரிந்த தர்மகர்த்தாக்கள் நீக்கப்பட்டனர். மூடிக்கிடந்த கோவில்கள் வழிபாட்டிற்கு திறந்துவிடப்பட்டன. 1858ல் நிர்வாகம் கிழக்கிந்திய கம்பெனியிடமிருந்து பிரிட்டிஷ் மகாராணியிடம் நேரடியாக சென்றது. தங்கள் மீது இருந்த வெறுப்பை குறைக்கவும், உயர்சாதியினரின் தலையீடுகளின் காரணமாகவும் மதவிவகாரங்களில் பிரிட்டிஷ் அரசு தலையிடாது என்ற நிலைபாட்டை மகாராணி எடுத்தார். இதன் விளைவாக மீண்டும் கோவில்களும், அதன் சொத்துக்களும் ஏற்கனவே யார் வசம் இருந்ததோ அவர்களிடமே சென்றது. மீண்டும் கோவில்களின் சொத்துக்கள் சூறையாடப்படுவதும், நிர்வாகம் ஊழல் மலிந்ததாகவும் மாறிய நிலையில் பொது மக்கள் தொடர் புகார் கூறிவந்தனர்.

கி.பி 1872ல் ராமய்யங்கார் என்பவர் ஒரு முன்வரைவினை கொண்டு வந்தார். அதில் அரசின் கண்காணிப்பில் கோவில் நிர்வாகம்இருந்த போது, கோவில் நிதிகள் செலவிட்டது போக மீதி சேமிப்பாக இருந்தது. அரசு கண்காணிப்பு இல்லாத போதுகோவில் நிதி சூறையாடப்படுகிறது. எனவே கோவில்கள் அரசின் கட்டுப்பாட்டில் தான் இருக்க வேண்டுமென தொடர்ந்து அரசுக்கு வரைவு மசோதாக்கள் அனுப்பினார். அரசு எதையும் கண்டுகொள்ளாத நிலையில், கோவில்நிர்வாகங்கள் படுபாதாளத்திற்கு சென்றன. இந்நிலையில் தான் 1919ல் இரட்டை ஆட்சிமுறை அறிமுகப்படுத்தப்பட்டது. 1920ல் நடைபெற்ற மதராஸ் மாகாண தேர்தலில் நீதிக்கட்சி வெற்றிபெற்றது. பனகல் அரசர் முதலமைச்சராக பொறுப்பேற்ற பின் கோவில் நிர்வாகத்தை அரசின் கட்டுப்பாட்டில் கொண்டு வர 1922ல் இந்து பரிபாலன சட்டத்தை முன்மொழிந்தார். இதற்கு உயர்சாதியினர் கடும் எதிர்ப்பை தெரிவித்தனர். இந்த எதிர்ப்புகளை மீறி 1925ல் சட்டமன்றத்தில் இந்து பரிபாலன சட்ட மசோதா முன்வைக்கப்பட்டது. இதற்கு எதிராக 800 திருத்தங்கள் சட்டமன்றத்தில் கொண்டு வந்தனர். இவற்றையெல்லாம் மீறி 1925ல் இந்து சமய அறநிலைய வாரியம் என்ற அமைப்பு உருவாக்கப்பட்டது. இதன்படி கோவில்களின் நிர்வாகத்தை கட்டுப்படுத்தும் அதிகாரம் வாரியத்திடம் வழங்கப்பட்டது. அதன் பிறகு 1947 முதல் 1949 வரை சென்னை ராஜதானியின் முதல்வராக இருந்த ஓமந்தூர் ராமசாமி அவர்கள் அறநிலைய வாரியத்தில் சில திருத்தங்களை கொண்டு வந்தார். மடங்களில் உள்ள நகைகள் பதிவேட்டில்பதிவு செய்யப்பட்டு அரசுக்கு தெரிவிக்கப்பட வேண்டும் என்றார். இந்து சமய மற்றும் தர்ம ஸ்தாபன பரிபாலன வாரியம் என்ற பெயரில் இருந்த அமைப்பை மாற்றி அதை ஒரு அரசாங்க துறையாக கொண்டு வந்தார். அதன்படி இந்து கோவில்கள் மட்டுமின்றி, சமணர்களுடைய கோவில்களையும் அறநிலையத் துறையின் கீழ் கொண்டுவந்தார். அப்போதும் மதவிவகாரங்களில் அரசு தலையிடக் கூடாது என எதிர்ப்பு குரல் எழுந்தது. இந்த எதிர்ப்பு கூச்சல்களை ஏற்க முடியாது. மதத்தின் பெயரால் இதுபோன்ற நடவடிக்கைகளை தடுப்பவர்கள், தங்கள் மதத்துக்கே தீமை செய்பவர்கள் என கடுமையாக சாடினார். இதன் தொடர்ச்சியாக 1951ல் மெட்ராஸ் இந்து சமயம் மற்றும் அறக்கொடைகள் சட்டம் இயற்றப்பட்டது. இந்த சட்டத்திலும் சில குறைபாடுகள் நீதிமன்றங்களால் சுட்டிக்காட்டப்பட்டது.

அதன் பிறகு பெரும்பாலான குறைபாடுகள் களையப்பட்டு 1959ல் காமராஜர் முதல்வராக இருந்த போது இப்போது நடைமுறையில் உள்ள இந்து சமய அறநிலைய சட்டம் இயற்றப்பட்டு, 1.1.1960ல் அமல்படுத்தப்பட்டது. எனவே, அறநிலைய சட்டம் தேவை என்பது ஒவ்வொரு காலத்திலும் தேவைப்பட்டதாகவே இருந்து வந்துள்ளது என்பதை வரலாற்று ரீதியாக அறிய முடிகிறது.

இந்த நிர்வாக ஏற்பாட்டின்படி தான் கடந்த காலத்தில் சில அதிகாரம் படைத்தவர்களிடம் இருந்த கோவில் சொத்துக்கள் மீட்கப்பட்டுள்ளது. உதாரணமாக 2011 முதல் 2015 வரையில் மட்டும் 1983 ஏக்கர் நிலம் மீட்கப்பட்டுள்ளது. இதையெல்லாம் செய்தவர்கள் இட ஒதுக்கீட்டின் படி பணியில் சேர்ந்த தாழ்த்தப்பட்ட, பிற்படுத்தப்பட்ட, மிகவும் பிற்படுத்தப்பட்ட, பழங்குடியினர் தான் என்பதை கவனத்தில் கொள்ள வேண்டும். தமிழகத்தில் வருவாய்த்துறைக்கு அடுத்து அதிக நிலங்களையும், சொத்துக்களையும் கொண்ட துறையாக உள்ளது இந்து சமய அறநிலையத்துறை தான். எனவே, அரசுத்துறையில் அனைத்திலும் உள்ள ஊழல், லஞ்ச லாவண்யம் இத்துறையிலும் உள்ளதை மறுப்பதற்கில்லை. இவற்றை சரிசெய்வதற்கு மாறாக இத்துறையே வேண்டியதில்லை என்ற கருத்து ஏற்புடையதில்லை. இத்துறையின் கட்டுப்பாட்டில் உள்ள ஒவ்வொரு கோயிலின் மொத்த வருவாயில் 14 சதவீதம் அரசுக்கு வழங்கப்பட்டு அதன் மூலமாகத்தான் இத்துறையில் அனைத்துமட்ட ஊழியர்கள், அதிகாரிகளுக்கு ஊதியம் வழங்கப்படுகிறது. மீதிப்பணம் வங்கிகளில் டெபாசிட் செய்யப்படுகிறது. வருவாய் இல்லாத கோவில்களின் நிர்வாகத்திற்கு, பூஜைகளுக்கு, திருப்பணிகளுக்கு, குடமுழுக்கிற்கு செலவு செய்யப்படுகிறது. ஒரு ரூபாய் கூட அரசின் பொது நிதி இத்துறைக்கு செலவிடப்படுவதில்லை. மொத்தத்தில் இந்து சமய அறநிலையத்துறை என்பது மேலிருந்து கீழ் வரை ஒரு கட்டமைப்போடு செயல்பட்டு வருகிறது.

# 4

# கோவில்களை குறிவைக்கும் சங்பரிவார்

தமிழகத்தில் உள்ள திருக்கோவில்கள் அதற்கு உள்ள சொத்துக்களை பராமரிப்பது, நிர்வகிப்பது ஆகியவற்றை கிழக்கிந்திய கம்பெனி ஆட்சி தொடங்கி, இன்றுவரை சுமார் 150 ஆண்டுகளாக பல நிர்வாக அமைப்புகள் உருவாக்கப்பட்டு, அந்த அமைப்புகளில் இருந்த குறைபாடுகள் ஒவ்வொரு காலகட்டத்திலும் சரிசெய்யப்பட்டு இன்று தமிழகத்தில் பிரம்மாண்டமாக உருவாக்கப்பட்டுள்ள பெரிய, பெரிய, கோவில்கள், அவற்றிற்கு நினைத்து பார்க்கமுடியாத அளவிற்கு உள்ள அசையும், அசையா சொத்துக்களை மீண்டும் தங்களுடைய ஆதிக்கத்தின் கீழ் கொண்டுவர சங்பரிவார அமைப்புகளும், மடாதிபதிகளும், பாரதீயஜனதா கட்சியில் உள்ள எச்.ராஜா போன்ற உயர்சாதியினரும் துடியாய், துடிக்கின்றனர். அந்த வரிசையில் கோவை ஈசா மைய நிறுவனர் ஜக்கி வாசுதேவும் சேர்ந்துள்ளார். இவருக்கு பின்புலமாக இந்துத்துவ அமைப்புகள் உள்ளன. இவர்கள் நோக்கமெல்லாம் கோவில்களை பற்றியதல்ல. இந்த கோவில்கள் பெயரில் உள்ள அசையும், அசையா சொத்துக்களை அபகரிப்பது, ஆலய நிர்வாகத்தை தங்கள் கட்டுப்பாட்டிற்கு கொண்டு வந்து, தங்களுடைய இந்துத்துவா கொள்கைகளை செயல்படுத்துவது என்ற அடிப்படை தான். மீண்டும் தமிழக கோவில்கள், உயர்சாதியினர், மடாதிபதிகள், கட்டுப்பாட்டிற்கு சென்றால், யார் அந்த கோவில்களின் தர்மகர்த்தாக்களாக வருவார்கள், இப்போதுள்ள இட ஒதுக்கீடு கோவில் நிர்வாகத்தில் செயல்படுத்தப்படுமா? நிச்சயமாக இருக்காது. கோவில்கள் அரசு கட்டுப்பாட்டில் உள்ள போதே பல கோவில்களில் தாழ்த்தப்பட்டவர்கள் கோவிலுக்குள் செல்ல முடியவில்லை. இதற்காக ஆலய நுழைவு போராட்டங்களை நடத்தி வருகிறோம். அனைத்து சாதியினரையும் அர்ச்சகராக்க தொடர்ந்து போராடுகிறோம். அறநிலையத்துறை சட்டப்படி அறங்காவலர் குழுவில், தாழ்த்தப்பட்டவர்களின், பெண்களின் பிரதிநிதிகளை போட முடியாத நிலை இன்றும் தொடர்கிறது. இந்நிலையில், ஜக்கி, எச்.ராஜா போன்றவர்கள் கூறும்படி இந்து

ஆலயங்களை பக்தர்களிடம் ஒப்படையுங்கள் என்பது சாதாரண பிற்படுத்தப்பட்ட, தாழ்த்தப்பட்ட, மிகவும் பிற்படுத்தப்பட்ட இந்துக்களை அவர்கள் கூறவில்லை. உயர்சாதியினரிடம் ஒப்படைக்க வேண்டும் என்கிறார்கள். எனவே, தமிழகத்தில் உள்ள ஆலயங்களையும், அதன் சொத்துக்களையும் பாதுகாக்க வேண்டியது மக்களின் கைகளில் தான் உள்ளது. ஏனென்றால் தமிழக கோவில்களும் அதன் சொத்துக்கள் அனைத்தும் மக்களின் சொத்து, இவற்றை களவாட துடிக்கும் ஜக்கி போன்றவர்களின் சூழ்ச்சிகளை ஒன்றிணைந்து முறியடிக்க வேண்டும்.

இத்தகைய சூழலில் அறநிலையத்துறை என்பது தொடர்ந்து செயல்பட வேண்டும். தமிழர்கள் சொத்தும், பண்பாடும் பிண்ணிக் கிடக்கும் கோவில்களின் நிர்வாகம் அரசின் மேற்பார்வையில் இருப்பது தான் சரியானதாகும். மேலும் புதிய புதிய கோவில்கள் தோன்றுகின்றன. ஏராளமான பக்தர்களும் காணிக்கையாகத்தரும் பொருட்களும், பணமும் இக்கோயில்களில் குவிகின்றன. இதில் முறைகேடுகள் நடக்காமலும், பொதுச்சொத்துக்கள் அரசுக்கு உரியன என்ற அடிப்படையிலும் அறநிலையத்துறை தொடருதல் அவசியம்.”

# 5

# அறநிலையத்துறை சட்டம்

கிழக்கிந்திய கம்பெனிகள், கோவில்களின் சொத்துக்களை ஒழுங்கமைக்க விதிகள் ஏற்படுத்தப்பட்டன.

*1810 - Regulations - Bombay*

*1817 - Regulations - Madras*

*1827 - Regulation - Bombay*

கடவுளின் விக்ரங்கள் மைனர் என்றும், சட்டப்படியான நபர்தான் என்றும் கூறின. 1817ல் உருவான ஒழுங்கமைப்பு விதிகள் வருவாய் வாரியத்துக்கு, அறநிலையங்களின் நிர்வாகத்தை கண்காணிக்க அதிகாரம் அளித்தது. (Madras endowments and Escheats Regulation No.VII 1817) இதில் வலியுறுத்தப்பட்டது என்பது, அறநிலையங்களின் சொத்துகளைப் பாதுகாப்பதும், நிர்வகிப்பதுமான பணியிலிருந்த அரசாரங்கம் தன்னை விடுவித்துக் கொள்ளாது. திருக்கோயில் செலவினங்களை கண்காணிக்க உள்ளூர் பெருமக்களை முகவர்களாக நியமித்தது.

இந்த ஒழுங்கமைப்பு விதிகளால் சரிவர கண்காணிக்க முடியாததால், இறை நம்பிக்கையாளர்கள் முறையிட்டதால் Religious endowment Act உருவானது. இந்த சட்டத்தின் படி உள்ளூர் குழு நியமனம் செய்யப்பட்டது. இந்த குழு கோவிலின் நிர்வாகத்தைக் கவனித்தது. இந்த நியமன குழுவிற்கு வயது ஓய்வு வரையறுக்கப்படவில்லை. அவர்கள் வாழ்நாள் முழுவதும் அறங்காவலராக செயல்பட வழிவகுத்தது. அதனால் இந்த சட்டம் பலவீனமடைந்து பலனற்றதாகிவிட்டது. பல சிறு-குறு சட்ட நடவடிக்கைகள் எடுக்கப்பட்டாலும் பயனற்றதாகிவிட்டது. 1908 சிவில் புராஸிஸர் தொகுப்பு சட்டம் கோவில் நிர்வாகம், சொத்துக்கள் தொடர்பாக வழக்குகள், விசாரணை செய்து தீர்வு எடுத்தல் ஆகியவைகளுக்கு ஆகியன அதிகார வரம்பு உடையதாக மாறியது. இந்த சட்டத்தைப் பயன்படுத்தியும் கூட ஆலய சொத்துக்கள் பாழாவதைத் தடுக்க முடியவில்லை. மிக அதிக

அளவில் சொத்துக்கள் கொண்டது கோவில்கள். இதன் நிலங்களையோ, நிர்வாகத்தையோ 1908 சிவில்புரோசிஜர்கோடு படி காலதாமதமின்றி செயல்படுத்த முடியவில்லை. இது தொடர்பாக சென்னை சட்டமன்றத்தில் பல மசோதாக்கள் தாக்கல் ஆகியது. இதன் மூலமாக அறநிலையங்களுக்கு தனி சட்டம் தேவை என வலியுறுத்தப்பட்டது.

1927ம் ஆண்டு சென்னை இந்த சமய அறக்கட்டளைகள் சட்டம் ஏற்பட்டது. இதன்படி இந்து சமய அறநிலைய வாரியம் ஏற்பட்டது. நிர்வாக அதிகாரிகள் நியமிக்கப்பட்டனர். ஏராளமான எதிர்ப்புகள் இச்சட்டத்திற்கு எதிராக அணிதிரண்டன. இதனால் தொடர்ந்து சட்டதிருத்தங்கள் ஏற்பட்டன. 1928, 1929, 1930, 1931, 1934, 1935, 1938, 1939, 1944, 1946, 1947 ஆகிய ஆண்டுகளில் ஏற்பட்ட சட்டங்கள் யாவும் 1927 சட்டத்துடன் ஒருங்கிணைத்து, சேர்ப்பன சேர்த்து, நீக்குவன நீக்கி, திருத்துவன திருத்தி புதிய சட்டமாக 1951ல் அமுலுக்குவந்தது. இச்சட்டத்தின் படி ஆணையர் நியமிக்கப்பட்டார். இவருக்கு கீழ் பல அரசு அலுவலர்கள் நியமனமானார்கள். அறநிலையத்துறை அமைக்கப்பட்டது. இந்த சட்டமே செல்லாது என ஷீருர் மடம், உச்சநீதிமன்றம் வரை சென்றது. உச்சநீதிமன்றத்தில் இச்சட்டம் செல்லும் என தீர்ப்பாகியது. இந்த தீர்ப்புக்கு பின்னும் சுட்டிக்காட்டப்பட்ட அனைத்து குறைகளையும் களைந்து 1959ம் ஆண்டு புதிய சட்டம் வந்தது. இதிலும் இதுவரை பல முறை சட்டத்தில் நீக்கல், சேர்த்தல், திருத்தம் நடைபெற்றுள்ளது.

2022-23 தமிழ்நாடு சட்டமன்ற மானியக் கோரிக்கையில் தெரிவித்த விவரப்படி, 1960ம் ஆண்டில் இந்திய அரசு ஆணையம் ஒன்றை அமைத்தது. இதன்படி இந்தியாவில் உள்ள அறநிலையங்கள் இயங்குவது நிர்வகிப்பது குறித்து அறிக்கையை விவரிக்கிறது.

இந்த ஆணையத்தின் தலைவராக சி.பி.ராமசாமி ஐயர் இருந்தார், உறுப்பினர்களாக ஓய்வு பெற்ற நீதிபதிகளும், ஆணையரும், வழக்கறிஞர்களும், சாது சமாஜங்களின் செயலரும் இடம் பெற்றனர்.

குழுவின் அறிக்கையில் குறிப்பிடத்தக்கது ஒன்று, “இந்தியாவில் உள்ள அனைத்து சமூகத்தினருக்கான அறநிலையங்களை நிர்வகிக்க மற்றும் மேலாண்மை செய்ய ஒரே மாதிரியான சட்டத்தை மத்திய அரசு அமலுக்கு கொண்டு வர வேண்டும்”.

மிக ஆபத்தாக இந்த ஆணையத்தின் பரிந்துரை உள்ளது. இதனை 60 ஆண்டுகள் கழித்து தமிழக அரசின் 2022-23ஆம் ஆண்டு இந்து சமய அறநிலையத்துறை மானிய கோரிக்கையில் கொள்கை விளக்கக் குறிப்பில் தெரிவிப்பது சரியானது தானா? அரசு செயலரும், அறநிலைய அமைச்சரும் 'ஒரே இந்தியா, ஒரே மொழி, ஒரே மதம், ஒரே நிர்வாகம் என்ற ஒன்றிய அரசின் நிலைபாட்டிற்குத் துணை போக அடியெடுத்து கொடுக்கின்றனரா? இதனை கடுமையான ஒரு செய்தியாகப் பார்க்க வேண்டும். 1962ல் தரப்பட்ட அறிக்கை ஒரு துளி விஷத்தை ரத்த நாளத்தில் ஏற்றுவதாகும். இந்த மறைமுகமான வேலையை மானியக் கோரிக்கையில் கொண்டு வந்ததன் நோக்கம் என்ன என்பதைப் புரிந்து கொள்ள முடியவில்லை. தமிழ்நாடு அரசும், மக்களும் மத்திய அரசு என்பதை ஏற்காமல் ஒன்றிய அரசு என்ற சொல்லாடலைப் பயன்படுத்தும் போது இந்த மானியக் கோரிக்கையில் எதற்காக மத்திய அரசு என்ற சொல்லாடலைப் பயன்படுத்த வேண்டும்.

## 1959ம் ஆண்டு இந்து சமய அறநிலையத்துறை சட்டத்தின் சில முக்கிய கூறுகள்:

### சட்டப்பிரிவு 2:

இந்து சமய அறநிலைய சட்டம் என்றாலும் கூட, இந்த சட்டம் இந்து மதத்தின் கோவில்களுக்கு மட்டும் அல்லாமல், வேதத்தின் மீது நம்பிக்கையற்ற நாத்திகமதம் என அழைக்கப்பட்ட சமண மத நிறுவனங்களுக்கும் பொருந்தும், எங்கெல்லாம் சமண கோயில்களில் வரவு செலவுகள் சரியாக இல்லாமல் பிரச்சனை ஏற்படுகிறதோ அத்தகைய சமண கோயில்களை இந்து சமய அறநிலைய சட்டம் கண்காணிக்கும்.

### சட்டப்பிரிவு 7, 7A

அறநிலையங்களை நன்கு மேலாண்மை செய்ய ஆலோசனை கமிட்டி நியமிக்கப்படுகிறது. இதன் மூலம் ஆன்மீக ஆன்றோர்களும், சாஸ்திர சான்றோர்களும், சமூக காவலர்களும், சட்டவல்லுநர்களும், மக்கள் நேசிப்பாளர்களும் இடம் பெறும் ஆலோசனை மன்றமாக கூடுகிறது.

ஒவ்வொரு மாவட்டத்திலும் மாவட்ட கமிட்டி அமைக்கப்படுகிறது. கோவில்களுக்கு அறங்காவலர்களைத் தேர்வு செய்து தருவது இந்த குழுவின் முக்கிய பணியாகும். எல்லா தரப்பினரும் இடம் பெறக் கூடிய அமைப்பு. அறநிலையத்துறை அலுவலர்களின் அதிகார வரம்பு குறித்து பிரிவுகள் 8 முதல் 22 வரையில் கூறுகின்றன.

அறநிறுவனங்களின் பொதுவான தன்மைகள் குறித்து கூறுகின்றன. சட்டப்பிரிவு 23 முதல் 43 ஹ வரையில் உள்ள இப்பிரிவகள் முக்கியமானதாகும்.

**சட்டப்பிரிவு 24:** ஆணையரின் அதிகாரம் பெற்ற அலுவலர்கள் ஆலயத்தின் எப்பகுதிக்குள்ளும் கருவறை உட்பட கண்காணிக்க சென்றுவர அதிகாரம் உடையவராகின்றனர். அர்ச்சர்கள் மட்டுமே கருவறைக்குள் சென்று வர முடியும் என்ற வழக்கம் என்பது, இந்த சட்டப்பிரிவு மூலம் நிர்வாக மேலாண்மை செய்வோரும் சாதி வேறுபாடுகள் இல்லாமல், முன்னறிவிப்பு கொடுத்து விட்டு கருவறைக்குள் அலுவல் நிமித்தமாக சென்று வரலாம்.

**சட்டப்பிரிவு 25 முதல் 28** முடிய அறங்காவலர்கள் நியமனம், அவர்களது அதிகாரவரம்பு, தகுதியின்மை ஆகியவைகளைக் கூறுகிறது. சட்டப்பிரிவு 29 முதல் 33 முடிய சொத்துக்கள் தொடர்பான பதிவேடுகள், பார்வையிடுதல், அங்கீகாரம் செய்தல், சேர்த்தல் நீக்கம் குறித்து தெரிவிக்கிறது.

**சட்டப்பிரிவு 34, 34** A கோவில் நிலங்களை விற்பனை செய்தல் தொடர்பானது. இச்சட்டப்பிரிவின்படி ஆலய சொத்துக்களை விற்பனை செய்வது, பரிவர்த்தனை செய்வது, நீண்டகால குத்தகைக்கு விடுவது பாதிக்கப்பட்டவர் தொடர்பானது. வாடகை நிர்ணயம் செய்தல், அதனை வசூலித்தல், மேல்முறையீடு செய்தல் தொடர்பாக கூறுகிறது.

**சட்டப்பிரிவு 36**ன் படி ஒரு கோவில், கூடுதலாக உள்ள நிதியை எந்தெந்த காரியங்களுக்குப் பயன்படுத்தலாம் என தெரிவிக்கிறது. இதைப் பயன்படுத்தியே அன்னதானம் செய்தல். கல்வி நிறுவனங்கள் நடத்துதல், மருத்துவமனைகள் செயல்படுத்தல், கால்நடை மருந்தகங்கள், கருணை இல்லங்கள், தேவரா பாடசாலைகள் நடத்துதல் ஆகிய பொதுநலன் தொடர்பானவற்றுக்கு செலவிடப்படுகின்றன.

சட்டப்பிரிவு 41-ன் படி மானிய நிலங்கள் ஊழியம் நின்று போனால் திரும்பவும், சொத்துக்கள், கோவிலுக்கோ, ஊழியதாரரின் குடும்பத்துகோ செல்லாது. கோவிலின் பணியைச் செய்யும் வரையில் மட்டுமே மானியக்காரருக்கு இந்த நிலைங்களை உடமையாக வைத்து கொள்ளும் உரிமை உள்ளது. ஊழியமே கோவிலில் இல்லாமல் போனாலும், ஊழியர் ஊழியம் செய்ய மறுத்துவிட்டாலும், ஊழிய நிலங்கள் மாவட்ட ஆட்சியரின் பொறுப்பில் சென்றுவிடும். திரும்பவும் ஊழியம் தொடர காரண காரியமிருந்தால் மீண்டும் ஆலயங்கள் அந்த நிலங்களைப் பெறலாம். ஊழியம் நின்று நீண்டகாலமாகிவிட்டால் திரும்ப ஊழிய மானியங்களை கோவில்கள் பெற இயலாது.

**43A சட்டப்பிரிவு** - மடங்களின் நிர்வாகத்தின் கீழ் இப்போது 68 கோவில்கள் உள்ளன. இவற்றில் ஒரு சிலவற்றுக்கு நிர்வாக அலுவலர் நியமிக்கப்பட்டுள்ளனர். சரியான முகாந்திரம் இருந்தால் அறிவிப்பு கொடுத்துவிட்டு மடத்து நிர்வாகத்தில் உள்ள கோயில்களுக்கு அரசு அலுவலரை நிர்வாக அதிகாரியாக நியமிக்க முடியும். மதுரை ஆதினத்தின் கீழ் உள்ள கோவில்களிலும், வேளாக்குறிச்சி ஆதினத்தின் கோவில்களிலும் நிர்வாக அதிகாரிகள், பணி செய்கின்றனர்.

**சட்டப்பிரிவு 45 முதல் 58** வரை மடங்களுக்குப் பொருந்தாத இந்த பிரிவுகளில் நிர்வாக அலுவலர்கள் நியமனம் செய்வது, அறங்காவலர்கள் நியமனம் செய்வது, இவர்களது பதவி காலம், தக்கார் நியமனம் செய்தல், தவறு செய்யும் போது நீக்குதல், பணியாளர்கள் மீது தண்ட நடவடிக்கை எடுத்தல், கோவில்களுக்கான வரவு செலவு திட்டம் செயல்படுத்துதல் ஆகியவைகள் கொண்டதாகும். சட்டப்பிரிவு 59-62 முடிய உள்ளவை மடங்கள் தொடர்பானவை. மடங்களின் அதிபர்கள் மீது நடவடிகைக எடுத்தல், பதவி காலி ஆகும் போது புதியவரை நியமித்தல் மடங்களுக்கான வரவு-செலவை அங்கீகரித்திருப்பதை கவனத்தில் ஆதின அனுமதி தனக்கு கிடைத்த பாத காணிக்கைகளை செலவிடுதல் தொடர்பானது.

**சட்டப்பிரிவு 63-70-** கோவில் நிர்வாகத்தில் ஏற்படும் மரியாதைப் பிரச்சனைகள், நிர்வகிக்கும் உரிமைப் பிரச்சனைகள், கோவில் தனிப்பட்ட நபருடையதா? பொது கோயிலுடையதா? என்பதை விசாரணை செய்தல், பரம்பரை அறங்காவலர் நியமனம் குறித்த விசாரணைகள், கோவில் நிர்வகிக்க நிர்வாக திட்டம் அமைத்தல்,

தவறான உத்தரவினால் மேல்முறையீடு செய்தல் ஆகியன குறித்த விவரங்கள் சட்டப்பிரிவுகளில் அடங்கியுள்ளன.

***சட்டப்பிரிவு 77 முதல் 82*** முடிய கோவில் சொத்துக்களில் குடியிருப்போர் வாடகை தராத போது, வாடகைக் கேட்டும் வாடகை செலுத்த மறுத்த போது அவர்களை வெளியேற்றுவது, வெளியேற்றிய சொத்துக்களை பராமரிப்பது, வழக்கு காலத்தில் சொத்திலிருந்து வரும் வருமானத்தைப் பெறுவது ஆகியன தொடர்பானது.

***சட்டப்பிரிவு 86:*** கோவில்களின் நடைமுறையில் வரவு செலவுகளுக்கான திட்டம், அங்கீகாரம் பெறுதல் குறித்து ஏற்கனவே சட்டப்பிரிவு 58ல் கூறப்பட்டது. இத்திட்டத்திற்கு உட்பட்ட ஆண்டு வரவு செலவு பட்டியல் தயாரித்தல், அங்கீகாரம் பெற வேண்டும். இப்பிரிவின்படி பட்ஜெட் ஆண்டுதோறும் தாக்கல் ஆகி அங்கீகாரம் பெற வேண்டும்.

அடுத்துவரும் பிரிவுகள் ஆலயங்களின் வரவு - செலவுகளை, தணிக்கை செய்வது, தணிக்கைகளில் ஆட்சேபனை சுட்டிக்காட்டப்பட்டதை, அந்தந்த ஆட்சேபனைகளை நீக்குவது, தண்டத்தொகை நிர்ணயிப்பது ஆகியவற்றையும், அடுத்து கோவில் நிதியிலிருந்து, அரசுக்கு, அரசு செலவிட்ட தொகையைத் திரும்ப செலுத்த வேண்டும். ஆணையருக்கு பொது நல நிதிக்கு நிதி அளித்தல் தொடர்பாக விவரிக்கப்பட்டுள்ளது. ஆணையர் பொதுநலநிதியிலிருந்து அறநிலையத்துறையின் கீழ் உள்ள வருமானமற்ற திருக்கோயில்களுக்கு திருப்பணிக்காகவும், இதர செலவுகளுக்காகவும் பகிர்ந்தளிக்கப்படும்.

அறநிலையச் சட்டத்தில் உள்ள பிரிவுகளுக்குத் தேவையான விதிகளை ஏற்படுத்திக் கொள்ள வழிவகைகள் உள்ளன. சட்டத்தின் இறுதியில் இணைக்கப்பட்டு தேவஸ்தானம் கோவில் விபரப்பட்டியல் உள்ளன. அரசு மான்யமாக கொடுக்கும் தொகை பற்றிய பிரிவும் உள்ளது.

கன்னியாகுமரி தேவஸ்தானமும், புதுக்கோட்டை தேவஸ்தானமும் அரசு உதவித்தொகையை ஆண்டுதோறும் பெறுகின்றன. இந்த தொகை அவ்வப்போது உயர்த்தப்பட்டு வருகிறது.

6

# அறநிலையத்துறை கட்டுப்பாட்டில் உள்ள சமய நிறுவனங்கள் – மடங்கள் செயல்பாடுகள்

அறநிலையத்துறையில் மத நிறுவனங்கள் எனக் குறிப்பிடப்படுவதில் மடங்களும் அடங்கும். விளக்கத்தில் குறிப்பிடுகையில் கோவில் என்றோ, மடம் என்றோ, குறிப்பிட்ட கட்டளைகள் என்றோ சொல்லும் போது அது சமாதியையும் பிருந்தாவனங்களையும் குறிக்கும். பிருந்தாவன் என்பது மாத்துவ மடங்களின் குருமார்கள் அடக்கம் செய்யப்பட்ட இடமாகும். திருவரசு என்பது வைணவ ஆச்சாரியர்கள், ஜீயர்கள் அடக்கம் செய்யப்பட்ட இடத்தை குறிப்பதாகும். சமயத்தின் உட்பிரிவுகள் தங்களது சித்தாந்தத்தை பிரச்சாரம் செய்து, தனது சீடர்களையும், பின்பற்றுபவர்களையும் ஆத்தஞானம் பெற்றவர்களாக ஆக்கி இறைவன் அளவிற்கு உயர்த்துவதே மடங்களின் பணியாகும்.

<table>
<tr><td colspan="2">வைணவ மடங்கள் - வசிஷ்டாத்வைத கருத்துக்களைப் பரப்புவதாகும்.<br>ராகவேந்திர மடங்கள் - துவைத கருத்துக்களைப் பரப்புவதாகும்.<br>காமகோடி மடம் - அத்வைத கருத்துக்களைப் பரப்புவதாகும்<br>சைவ மடங்கள் - சைவ சித்தாந்த கருத்துக்களைப் பரப்புவதாகும்.</td></tr>
<tr><td>மணவாள மாமுனிகளை பின்பற்றுகிற தென்கலை சம்பிரதாய மடங்கள்</td><td>வேதாந்த தேசிகனால் கூறப்பட்டதைப் பின்பற்றுகிற வடகலை சம்பிரதாய மடங்கள்</td></tr>
<tr><td>1. திருக்குறுங்குடி மடம்<br>2. நாங்குனேரி மடம்</td><td>அகோபில மடம்</td></tr>
</table>

இந்த மடங்கள் நிர்வாகம் செய்கின்ற வைணவ ஆலங்கள் உள்ளது. அதில் நிர்வாகம் செய்வது அந்தந்த மடங்களே. கோவில்கள் வடகலை சம்பிரதாயமானாலும், தென்கலை சம்பிரதாயமானாலும் அறநிலையத்துறை கண்காணிப்பில் நடைபெறுகிறது.

## சைவ சித்தாந்தம் பரப்புகின்ற மடங்கள்

**தருமபுரம் மடம்:** மயிலாடுதுறை மாவட்டம் மயிலாடுதுறைக்கு அருகில் உள்ள இந்த மடம் சமீபத்தில் பத்திரிக்கைகளில் பல்லக்கு சுமப்பது தொடர்பாக செய்திகளில் வந்ததாகும். திருவாடுதுறை மடம் போன்றே பல நூறாயிரம் ஓலைச்சுவடிகளைப் பாதுகாப்பாக வைத்துள்ள மடமாகும். பிராமண மடங்கள் நீங்கலாக இதர சைவ மடங்களை ஒன்றிணைத்து தெய்வீகப் பேரவை என்ற அமைப்பை உருவாக்கிய பெருமை இந்த மடத்திற்கும், குன்றக்குடி மடத்திற்கும் பெருமை சேர்ப்பதாகும். ஏராளமான பொதுக்காரியங்களுக்கு, இதற்கு முன்னர் இருந்த ஆதினம் மிகக் குறைந்த தொகைக்கு விற்பனைக்கோ, குத்தகைக்கோ விட்டுள்ளது. பள்ளிக்கூடங்கள் கட்டுவதற்கும், விளையாட்டு அரங்கங்கள் ஏற்படுத்துவதற்கும், பிரசவ மருத்துவமனைகளுக்கும், மாவட்ட ஆட்சியர் அலுவலகங்களுக்கும் தனது மடத்து சொத்துக்களையும், தனது நிர்வாகத்தின் கீழுள்ள கோயில்களின் சொத்துக்களை அளித்துள்ளது. இத்தகைய மடம் தான் இன்று புதிதாக வந்த ஆதினகர்த்தரால் பல்லக்கில் பவனி வருவதை முக்கிய பணியாக எடுத்துக் கொண்டு புலம்பிக் கொண்டிருக்கிறார்கள்.

**திருவாடுதுறை மடம்:** கும்பகோணம் அருகிலுள்ள இம்மடத்திற்கு 19000 ஏக்கர் நிலங்கள் சொந்தமாக உள்ளன. இந்த மடத்தின் ஆதினமாக யார் வருவது என்ற போட்டியில் குற்றவாளியாக்கப்பட்டு போட்டியாளர் சிறையில் உள்ளார். இந்த மடத்திலிருந்து தான் ஏராளமான தமிழ் இலக்கியங்கள் தொடர்பான ஓலைச்சுவடிகள் பதிப்பிக்கப்பட்டது.

**திருப்பனந்தாள் மடம்:** கும்பகோணம் அருகிலுள்ள இம்மடத்திற்கு காசி என அழைக்கப்படும் வாரணாசியில் கிளை மடம் உள்ளது. இந்த கிளை மடத்திற்கான இடத்தினை, மடத்தை நிறுவிய குமகுருபர சுவாமிகள் முகலாய அரசனிடம் சைவ சித்தாந்தத்தை உபதேசித்து அதற்கு பரிசாக மானியமாக பெற்றார். ஒரு முகலாய அரசன் மனம் உவந்து இன்னொரு மத கருத்திற்கு இடமளித்தது தெளிவாகிறது. இன்றும் திருப்பனந்தாள் காசி மடத்தின் கிளை வாரணாசியில் உயிரோட்டமாக இயங்கிக் கொண்டிருக்கிறது. இந்த மடத்திற்கென எந்தவொரு கோயிலும் நிர்வாகத்தில் இல்லை.

**பேரூர் மடம்:** கோயம்புத்தூர் அருகிலுள்ள இந்த மடம் சைவ சித்தாந்தத்தின் அடிப்படையில் செயல்படுவதாகும். அனைத்து

சாதியினரும் அர்ச்சகராகலாம் என்பதற்கும், தமிழில் அர்ச்சனை செய்வதற்கும் அரசுக்கு ஆதரவாக செயல்படுகின்ற மடமாகும்.

**குன்றக்குடி மடம்:** சிவகங்கை மாவட்டம் திருப்பத்தூரில் உள்ளது. வெகுஜன மக்களின் அன்புக்குரிய மடமாகும். இந்த மடத்தின் கீழ் 5 கோயில்கள் பராமரிக்கப்படுகிறது. இதன் ஆதின கர்த்தராக இருந்த அடிகளார் தமிழ்நாடு சட்டமன்றத்தில் மேல் சபை இருந்த காலத்தில் அதன் தலைவராக பதவியேற்றவர். இந்த அடிகளார் மண்டைக்காடு மதக்கலவரத்தில் பாதிரியாரையும், மசூதியின் மௌல்வியையும் தன்னோடு அழைத்துக் கொண்டு வீதியில் நடந்தவர். தற்போதைய ஆதினகர்த்தர் பொன்னம்பல அடிகளார் பல இடதுசாரி இயக்கங்களின் இலக்கிய கூட்டங்களில் கலந்து கொள்பவர். தங்களுடைய ஆதின நிலங்களைக் கூட்டுறவு முறையில் விவசாயம் செய்திட ஊக்கம் தருபவர்.

**மதுரை திருஞானசம்பந்தர் மடம்:** இந்த மடமே பல பொழுதும் பிரச்சனைக்குரியதாக உள்ளது. இதன் தலைமையிடம் மதுரை. இதன் நிர்வாகத்தின் கீழ் 3 திருக்கோயில்கள் உள்ளன. இதற்கு முன் ஆதினமாக இருந்த அருணகிரியார் "நாங்கள் இந்து மதம் அல்ல" என்று பொது மேடையில் அறிவித்தவர். எங்களது மதம் என்பது சைவ சித்தாந்தமே. உலகம், உயிர், கடவுள் ஆகிய மூன்றும் தனித்தன்மை வாய்ந்தது என்று பொதுமேடைகளில் பேசியவர். உயிரும், உலகமும் கடவுளால் படைக்கப்பட்டது அல்ல என்று கூறியவர். ஈழத்தமிழர் போராட்டத்தின் போது பொதுமேடையில் கைத்துப்பாக்கியை உயர்த்திக்காட்டி எனது மொழிக்கும், எனது மக்களுக்கும் ஆபத்து வரும் போது கமண்டலத்தை எறிந்து விட்டு கைத்துப்பாக்கியை எடுப்பேன் என்றார். ஆனால் இப்போதுள்ள மடாதிபதியோ "தாமரை தமிழ்நாட்டில் மலரும்" என்கிறார். ஏன் நான் அரசியல் பேசக்கூடாதா? என பேட்டிகளில் தெரிவிக்கிறார். இத்தகைய மடங்களின் போக்கினை கண்டிப்பதற்கும், சொத்துக்களின் மீது கண்காணிப்பதற்கும் பொதுமக்களின் குழு ஏற்படுத்த வேண்டும்.

**வீரசைவ மடம்:** இது கும்பகோணத்தில் மகாமகக் குளக்கரையில் உள்ள இடங்களோடு தொடர்புடையதாகும். இதன் பல சொத்துக்கள் எந்தவித முகாந்திரமும் இன்றி, கேட்பாரின்றி விற்பனை செய்யப்பட்டுள்ளது. மேற்கண்ட மடங்கள் சைவசித்தாந்தத்தைப் பரப்புவதற்காக மொத்தத்தில் 56000 ஏக்கர் நிலங்களை உரிமையாக வைத்துள்ளனர். பல்லாயிரம் ஏக்கர்

மனைகளும், பலநூறு வீடுகளும் உடமையாக வைத்துள்ளனர். இத்தகைய சொத்துக்கள் முழுவதும் சைவ சித்தாந்ததைப் பரப்புவதற்காக ஏற்பட்டன. எந்தவொரு கோயிலுக்கும் இந்த சொத்துக்களிலிருந்து செலவழிக்க வேண்டிய அவசியம் இல்லை. செலவழிக்கவும் இல்லை. இந்த மடங்கள் யாவும், சமணரும் பௌத்தமும் செல்வாக்கு அழியும் காலத்தில் எழுந்தன. எல்லா சைவ, வைணவ மடங்களுக்கும் நிலச்சொத்துக்கள் உள்ளது.

**பிராமணிய வேத மடங்கள்:** அத்வைத மடங்களில் சிறுங்கேரி, துவரகா போன்ற மடங்கள் முக்கியதாகும். தமிழகத்தில் காஞ்சிபுரத்திலுள்ள காஞ்சி காமகோடி மடம் வேதங்களை அடிப்படையாக கொண்டு அத்வைதத்தைப் பரப்புவதற்காக ஏற்பட்டதாகும். இதற்காக ஏராளமான சொத்துக்கள் உரிமையாக்கப்பட்டுள்ளது. இந்த மடம் பெரும்பாலும் பிராமணர்களை பின்பற்றுபவர்களாகக் கொண்டது.

சிவன், வைணவ மடங்கள் இல்லாமல், பிராமணர்களின் கொலுவிடமாக செயல்படும் மடங்களும் உள்ளன. காஞ்சிபுரம் காமகோடி மடம் இவ்வகையைச் சேர்ந்தது. இம்மடங்கள் தவிர மாத்வாச்சரியாரின் கோட்பாடுகளை பின்பற்றும், ராகவேந்திரா மடங்கள் உள்ளன. மேற்கண்ட மடங்களில் பெரும்பாலான மடங்கள் சைவ சித்தாந்தம் பரப்பும் சிவவழிபாட்டு மடங்கள். மடங்கள் யாவுமே வளமான நீர்பாசனம் மிகுந்த ஆயக்கட்டு பகுதிகள் அடங்கிய ஆற்றங்கரை அருகில் உள்ளன. எல்லா மடங்களுக்கும் சில பல கோவில்கள் நிர்வாகத்தில் உள்ளன.

கன்னியாகுமரியிலிருந்து காசி வரையில் சொத்துக்கள் உள்ள திருப்பனந்தாள் காசி மடத்திற்கு கீழ் எந்த கோவிலும் இல்லை. இந்த மடத்தின் சொத்துக்கள் யாவும் கல்வி போதிக்கவும், மரப்பிரச்சாரம் செய்வதற்கு மட்டுமே ஏற்பட்டதாகும். திருப்பனந்தாளில் உள்ள செந்தமிழ் கல்லூரி ஏழை மாணவர்களுக்கு இலவசமாக உணவும், தங்குமிடம் அளித்து தமிழ் வித்துவான் படிப்பும், பயிற்சியும் அளித்தது. இதனால் பல எளிய குடும்பங்களால் ஆசிரியர்களாக சிறப்புற்று விளங்கினர். இப்பொழுது தமிழ் ஆசிரியர் பணியும் அருகிவிட்டது. ஆதினமும் தமிழ் கல்விக்கான செலவுகளை சுருக்கிவிட்டது.

தருமபுரம் மடத்திற்கு மிக அதிகம் வருமானம் தரக்கூடிய கோவில்கள் 27 உள்ளன. சீர்காழி, வைத்தீஸ்வரன் கோவில்,

மயிலாடுதுறை, திருக்கடையூர், திருநல்லூர் என்ற ஆச்சாள்புரம், திருவையாறு, திருவாரூர் ராஜன் கட்டளை, இன்றைய முதல்வரின் பூர்வீக ஊரான திருக்குவளை, திருநள்ளாறு ஆகிய ஊர்களில் உள்ள கோவில்களை தருமபுர மடம் நிர்வகிக்கிறது.

## மடங்களின் நிர்வாக கோவிலில் நிர்வாக அலுவலர் நியமனம்:

வேளாக்குறிச்சி ஆதினத்தினருக்கு பரம்பரை அறங்காவலர் என்ற முறையில் திருப்புகலூர், திருச்செங்காட்டாங்குடி, திருமெய்ச்சூர் ஆகிய ஊர்களில் உள்ள கோவில்களுக்கு அரசு அதிகாரிகள் நிர்வாகிகளாய் பணிபுரிகின்றனர். இது போல் மதுரை ஆதித்தின் கட்டுப்பாட்டில் உள்ள மூன்று கோவில்களில் அரசு அதிகாரிகள் நிர்வாகிகளாக உள்ளனர். கச்சனம், கஞ்சனூர், பண்ணத்தெரு ஆகிய கோவில்களுக்கு மடம் பரம்பரை அறங்காவலர் என்றாலும், அரசு நிர்வாக அதிகாரியும் உண்டு.

ஆதினங்கள் அல்லது மடாதிபதிகள் மூலமாக வாரிசுகள் வருமானம் அடைவதில்லை. ஒரு ஆதினம் இறந்தால் அந்த ஆதினத்தின் அடுத்த வாரிசாக இறந்த ஆதினத்தின் சீடர்களில் ஒருவர் தேர்வு செய்யப்பட்டு, அறநிலையத்துறை ஆணையரால் அங்கீகரிக்கப்படுவார். பொதுச் சொத்துக்களை நிர்வாகிப்பார். குடும்ப உறவுகள் அற்று, முழுநேரமும் ஆதினத்தின் மத ஈடுபாடுகளில், தத்துவார்த்த பிரச்சாரங்களில் ஈடுபடுத்தும் செயல்களில் இறங்குதல் ஆதினத்தின் கடமையாகும். ஆகவே ஆதினகர்த்தாக்கள் திருமணம் செய்து கொள்வதில்லை. சைவ மடங்களில் இந்த போக்கினைக் காணலாம். விதிவிலக்காக வேளாக்குறிச்சி ஆதினம் உள்ளது. திருமணம் மூலம் பிறந்த மூத்த ஆண்வாரிசு வேளாக்குறிச்சி ஆதினத்தின் அடுத்த பரம்பரை அறங்காவலராக வருவார். இந்த மடம் தனது வாரிசை நியமிக்கையில் பிரச்சனை ஏற்பட்டு, உயர்நீதிமன்றம் வரை சென்ற வழக்கு சுவாரசியமானது. அப்போது ஆதினமாக இருந்த பண்டரசந்நதி தனது இரண்டு மனைவிகளுக்கும் பிறந்த குழந்தைகளுக்கு ஒரே பெயரையே சூட்டினார். மூத்த மனைவின் பெயர் கமலாம்பாள், இரண்டாவது மனைவியின் பெயரும் கமலாம்பாள். இருவரும் பள்ளி தோழிகள். அவரவருக்கு பிறந்த முதல் ஆண் குழந்தைகள் இருவருக்கும் அஜபாநடேஸ்வரன் என்றே பெயரிட்டனர். பண்டார சந்நதி இறந்த பின் இரண்டு அஜபாநடேஸ்வனில் எவருக்கு பண்டார சந்நதி பட்டம் அளிப்பது என்ற வழக்கில் இறுதியில் மூத்த மனைவிக்கு பிறந்த அஜபாவிற்கே

சன்னிதான பதவி அளிக்கப்பட்டது. மற்றொரு அஜபாவிற்கு அவருடைய ஆதினத்தில் கௌரவமான வேலை அளிக்கப்பட்டது. இது சமாதானத்தின் அடிப்படையில் உயர்நீதிமன்றத்தில் அளித்த தீர்ப்பாகும். இத்தகைய பிரச்சனைகளை தவிர்ப்பதற்காகவே பெரும்பாலான மடங்களில் திருமணமாகாதவரை ஆதினகர்த்தராக்கினர்.

அத்வைத மடமாக காஞ்சிபுரம் காமகோடி மடம் விளங்குகிறது. சைவசித்தாந்தம் இதன் கோட்பாடுகள் அல்ல. காமகோடி மடத்திற்கு வேதமந்திரங்கள் பிரதானம். சக்தி பீடம் என்கின்றனர். இவர்களது நிர்வாகத்தில் தஞ்சாவூரில் பங்காரு காமாட்சியம்மன் கோவிலும், காஞ்சிபுரத்தில் காமாட்சி அம்மன் கோவிலும் உள்ளது.

வைச மடங்களின் சைவ சித்தாந்தம் மற்ற சித்தாந்தங்களிலிருந்து வேறுபட்டது.

கடவுள் அனாதி
உலகமும் அனாதி
உயிர்களும் அனாதி

என்கிறது சைவ சித்தாந்தம். உலகையும், உயிரையும் எவரும் உண்டாக்கவில்லை. கடவுளை எப்படி எவரும் உண்டாக்கவில்லையோ, அதுபோல் இந்த உலகத்தையும் எவரும் உண்டாக்கவில்லை எனக் கூறுகிறது. மற்ற எல்லா மத சம்பிரதாயங்கள், கடவுள் எல்லாவற்றையும் உண்டாக்கினார் என்ற போது இந்த சைவசிந்தாந்தம் அதற்கு மாறாக உள்ளது. இந்த சித்தாந்தத்தைப் பரப்புவதற்தாக ஆயிரக்கணக்கான ஏக்கர் நிலங்களை தமிழ் மக்கள் மடங்களுக்கும் கொடுத்தனர். ஏறக்குறைய கோவில்களுக்கு இணையாக மடங்களுக்கு சொத்துக்கள் உள்ளன.

| | நஞ்சை (லட்சம் ஏக்கரில்) | புஞ்சை (லட்சம் ஏக்கரில்) | மானாவாரி (லட்சம் ஏக்கரில்) | கூடுதல் (லட்சம் ஏக்கரில்) |
|---|---|---|---|---|
| திருக்கோவில் | 1.83 | 2.18 | 0.21 | 4.22 |
| மடங்கள் | 0.21 | 0.35 | | 0.56 |
| மொத்தம் | | | | 4.78 |

45,000 கோவில்களுக்கு 4,20,000 ஏக்கர் நிலங்கள் உள்ளன.

45 மடங்களில் ஐந்து மடங்களே பெருமளவிற்கு அறியப்பட்டன. இம்மடங்களுக்கு மட்டுமே கூடுதல் சொத்துக்கள் உள்ளன. சராசரியாக கணக்கில் கூட மடம் ஒன்றுக்கு 1,300 ஏக்கர் வரையில் நிலங்கள் உடமையாகி உள்ளது. உண்மையில் தருமபுரம், திருவாடுதுறை, திருப்பனந்தாள் மடங்களுக்கு மட்டும் சுமார் 40,000 ஏக்கர் நிலங்கள் உள்ளன. ஆனால் கோவில்களைப் பொறுத்து சராசரி கணக்கிட்டால் கோவிலுக்கு 10 ஏக்கர் மட்டுமே கணக்கில் வருகிறது. கூட்டிக்கழித்து கணக்கிட்டால் கோவில்களின் நிர்வாக செலவுகள் அதிகம். 45,000 கோவில்களுக்கும், அர்ச்சகரும், காவலரும் அவசியம். சராசரி 2 நபர்கள் கணக்கெடுப்பில் கூட 90,000 நபர்களுக்கான ஊதியம் தர வேண்டிய நிலையும், மின்சார கட்டணமும், வழிபாட்டு பூசைப் பொருட்களும் கணக்கிட்டால் கோவில்களுக்கான வரவும் செலவும் ஒப்பிட்டளவில் மடங்களை விட அதிகம்.

ஆனால் மடங்களுக்கான 56,000 ஏக்கர் நிலத்தின் வருமானம், செலவுகளை விட அதிகமே உள்ளது. இந்த மடங்கள் எதற்காக எழுந்தனவோ, அதன் வேலைகளைச் செய்வதில்லை. சைவ சித்தாந்தப் பிரச்சாரமோ, வகிஷ்டாத்வைத பிரச்சாரமோ செய்வதில்லை.

**மடங்களுக்கான சொத்திலிருந்து கிடைக்கும் வருமான விவரம்:**

நஞ்சை 21,000 ஏக்கர் நிலங்களில் குறைந்த குத்தகையாக நெல் வரவு சுமார் 21,000 ஓ 9= 1,89,000 கலம் ஆகும். (ஏக்கர் ஒன்றுக்கு 9 கலம் குத்தகை).

தஞ்சை மாவட்ட கணக்கெடுப்புப்பின் படி கலம் என்பது 29 1/2கி.

புஞ்சையை நீக்கிவிட்டு நஞ்சை வருமானம் மட்டும் கணக்கிட்டால், நெல் ஒரு கிலோ 2 ரூபாய் விதம் கணக்கிட்டால், 1,89,000 ஓ 29.5 ஓ 2= 1,11,51,000 ரூபாய், புஞ்சை நிலங்கள், கட்டிடங்கள், மனைகள் வருமானம் நீக்கி நஞ்சை மட்டும் சுமார் 1 கோடி ரூபாய் வரவு வரும். இம்மடங்கள் சைவ சித்தாந்தத்தை பரப்புவதில்லை. கடவுள் உலகை உண்டாக்கவில்லை. உயிர்களை கடவுள் உண்டாக்கவில்லை என்ற அடிப்படைத்தத்துவத்தை பரப்புவதற்கு செலவிடுகிறார்களா என்றால் இல்லை. பதிலாக பல்லக்கில் ஏறி பவணி வர ஆள்திரட்டுகிறார்கள்.

கோவிலின் சொத்துக்களை அதன் பராமரிப்புக்கு விட்டாலும் மடத்து சொத்துகளை அரசுடைமையாக்க வேண்டும். சந்தியாசிகளை மதத்தின் நம்பிக்கையாளர்கள் தூக்கி சுமப்பார்கள். ஆகவே நிலங்களின் உரிமையை மடங்களிலிருந்து நீக்க வேண்டும். 56000

ஏக்கர் நிலங்களையும் உழுபவனுக்கே சொந்தமாக்க வேண்டும். இதனால் எந்த கோவிலின் வழிபாடும் நிற்கப் போவதில்லை. எந்த திருப்பணியும் பாதிக்கப்படப் போவதில்லை.

கோவில்களுக்காக மடங்கள் தம்படி பைசா கூட செலவு செய்வதில்லை. கோவில்களின் ரூபாயில் மடங்கள் ரீங்காரமிடுகிறது. எனவே, கோவில்களையும், மடங்களையும் தனித்தனியாகப் பிரிக்க வேண்டும். மடங்கள் எதற்காக உண்டாக்கப்பட்டதோ, அதன் வேலையை அவைகள் செய்ய வேண்டும்.

- முதலில் கோவிலிருந்து மடங்களைப் பிரிக்க வேண்டும்.
- அடுத்து மடத்திலிருந்து நிலங்களைப் பிரிக்க வேண்டும்.
- மடத்து நிலத்தை உழுபவனுக்கு நிலம் சொந்தம் என்று அறிவிக்க வேண்டும்.
- மடத்துமனையும் குடியிருப்பவனுக்கு சொந்தம் என்று அறிவிக்க வேண்டும்.
- மடத்து வீட்டிற்கு வாடகை தந்தவனுக்கு வீடு சொந்தம் என்று அறிவிக்க வேண்டும்.

என்ற கோஷத்தின் அடிப்படையில் களத்தில் இறங்க வேண்டும். கோவில்களின் போர்வையில் குளிர்காயும் மடங்களின் சொத்துக்களை அரசு கையகப்படுத்த வேண்டும். தடம் மாறும் ஆதீனங்கள், தாங்கள் தம்பிரானாக இருந்த காலத்தில் எந்த சித்தாந்தத்தையும் பரப்பியதாகத் தெரியவில்லை. தம்பிரான்கள் எல்லாம் “தாமரையை மலர்விக்க தண்ணீர் ஊற்றுவோம்” என்கிறார்கள்.

மதுரை ஆதினம், பேட்டி ஒன்றில் தமிழகத்தில் ‘தாமரை மலர்ந்தே தீரும்’ என்கிறார். ஆதினத்திற்கு ஏன் அரசியல் என்கிறார் பேட்டியாளர். அடுத்த நிமிடமே ஆதினம் கூறிய பதில் ஆச்சரியமூட்டியது. “அவர் மட்டும் ஜெயலலிதா கட்சிக்காக தேர்தல் பிரச்சாரத்தில் பேச வில்லையா?” என தனக்கு முன்பிருந்தவரை முன்னுதாரனமாக்குகிறார். தத்துவம் மறைந்தது, குருவழிபாடு குறைந்தது, சங்கடமான கேள்வி கேட்கும் போது தனக்கு முன்பிருந்து ஆதினத்தை நார் நாராய் கிழித்து தொங்கவிடுகிறார். இந்த அரசியல் ஆன்மீகம் கூறுகிறார் ‘எனது குருவை நான் தோளில் சுமப்பேன். பல்லக்கு தூக்குவது நடந்தே தீரும்’ என்கிறார். அதே நேரத்தில் தனக்கு முன் ஆதின பதவியில் அமர்ந்து மேடைதோறும், நாங்கள் இந்த மதம் அல்ல. நாங்கள்

தனி மதம். அது மக்களுக்கான நேசத்தை வளர்க்கும் சைவ சித்தாந்தம்' என்றவர் எங்கே? இன்று தாமரைக்கு தண்ணீர் ஊற்றுவேன் என்று புறப்பட்ட இந்துவெளி பண்டாரம் எங்கே. அவர் மலை. இவர் மடு. இவரை, இவரது சொத்து ஆதிக்கத்திலிருந்துப் பிரித்தெடுப்போம். மக்களின் மறுவாழ்விற்காக வாழ்நாளை செலவழித்த குன்றக்குடி ஆதினத்தை வளர்ப்போம். மக்களைப் பிரிக்கும் மதுரை ஆதினத்தை அம்பலப்படுத்துவோம்.

இந்த மடங்களின் சொத்துக்கள் எவ்வாறெல்லாம் சீரழியும் கலாச்சாரத்திற்கு செலவிடப்படுகிறது என்பதை ஒரு வழக்கின் விசாரணையில் தெரியவந்துள்ளது.

சென்னை உயர்நீதிமன்றம் W.P. No.1050/2005 வழக்கில் விவரமாக அறிந்து கொள்ளலாம். சுருக்கமாக, 3.9.2004ல் காஞ்சிபுரத்தின் சங்கரராமன் ஐயர் கொலை செய்யப்பட்ட வழக்கில் 11.11.2004ல் நடுசன்னியாசி கைது செய்யப்பட்டார். 10.1.2005ல் உச்சநீதிமன்றம் ஜாமினில் விடுவித்தது. மறுநாளே 11.1.2005ல் சின்ன சந்நியாசி விசாரணைக்காக அழைத்து செல்லப்பட்டார். Crime No.914/2004 தனியாக நடந்து கொண்டிருந்தது. மேற்படி நடுசாமி கொலை வழக்கிற்காக கைது செய்யப்பட்டார். அப்போது சிறப்பு புலனாய்வுக்குழு மடத்தின் வங்கி கணக்குகளை முடக்கியது. இதற்காக மடாதிபதிகள் நீதிமன்றம் சென்றனர். இதில் அந்த சிறப்பு புலனாய்வுக்குழுவால் தாக்கல் செய்த எதிர் உரையில் அதிர்ச்சி தரக்கூடிய பல விஷயங்களை எழுத்து பூர்வமாக தெரிவித்துள்ளது. அதன் படி காஞ்சி மடத்திற்கு 183 வங்கி கணக்குகள் இயக்கப்பட்டுள்ளது. காஞ்சிபுரத்தில் மட்டும் 103 வங்கி கணக்குகள் பல்வேறு டிரஸ்ட் பெயரில் இயக்கப்பட்டுள்ளது. பூஜை காரியங்களுக்காக பெறப்பட்டப்பணம் என மடம் நீதிமன்றத்தில் தெரிவித்தது. சிறப்பு புலனாய்வுக்குழு தனது பதிலில் கோடிக்கணக்கான ரூபாய்களுக்கு வரவு அளித்தவர் பெயருமில்லை, செலவுகளுக்கான விளக்கமும் இல்லை. உச்சநீதிமன்றத்தில் ஜாமினில் வந்த அன்று 50 லட்சம் ரூபாய் வங்கியிலிருந்து எடுக்கப்பட்டுள்ளது. யாருக்கு கொடுத்தது என்ற விவரமில்லை. மேலும் இந்த வழக்கிடை காலத்தில் 75 லட்சம் ரூபாயை வங்கியிருந்து எடுத்துள்ளனர். அதற்கான செலவு சீட்டுகளும் இல்லை. மொத்தத்தில் வரவுக்கான ரசீது இல்லை. செலவிற்கான வவுச்சர் இல்லை. இதுதான் மடங்களின் நிலை.

# 7

# பயனாளிகளின் கோரிக்கைகள்

தமிழக இந்து சமய அறநிலையத்துறைக் கட்டுப்பாட்டில் உள்ள கோயில்களுக்கு சொந்தமான அடிமனைகளில் வீடுகட்டி குடியிருந்து வரும் அடிமனை வாடகைதாரர்கள், கட்டிடங்களில் வணிகம் செய்து வரும் பயனாளிகள், விவசாய நிலங்களில் குத்தகை எடுத்து விவசாயம் செய்து வரும் வேளாண் மக்கள் என நாடு முழுவதும் பல லட்சக்கணக்கான மக்கள் அறநிலையத்துறைக்கு வருமானத்தை கோடிக்கணக்கில் ஈட்டித்தருகின்றனர். ஆனால் அறநிலையத்துறையோ அம்மக்களின் நலன்களில் முன்னேற்றத்தில் அக்கறை கொள்ளாமல் அவர்களை பொன்முட்டையிடும் வாத்துக்களாகவே கருதி கொள்ளையடிக்கிறது. குறிப்பாக தமிழகம் முழுவதும் பல தலைமுறைகளாக வாழ்ந்து வரும் அடிமனை வாடகை தாரர்களில் குடியிருப்பு பகுதிகளுக்கு அநியாய வாடகை நிர்ணயித்து வசூலிக்கும் அறநிலையத்துறை தனது சொத்துக்களை நிர்வகிக்க அதிலிருந்து ஒரு சிறு துரும்பையும் ஒதுக்குவதில்லை. ஆனால் அடிமனை வாடகைதாரர்களாக உள்ள பயளானிகள் அறநிலைத்துறைக்கு வாடகை செலுத்துவது மட்டுமின்றி உள்ளாட்சி அமைப்புகளுக்கு சொத்துவரியும் செலுத்தி வருகின்றனர். அதே போல் அறநிலையத்துறையின் கட்டுப்பாட்டில் உள்ள கட்டிடங்கள் பல ஆண்டுகளாக பழுதடைந்த நிலையில் உள்ள போதிலும் அதை சீரமைக்கவும், பயனாளிகளின் தேவைகளுக்கு ஏற்ப மாற்றி அமைத்து கொடுக்க அறநிலையத்துறை முன்வருவதில்லை. இந்நிலையில் பயனாளிகளின் கோரிக்கையாக கீழ்கண்டவற்றை நடைமுறைப்படுத்த வேண்டியுள்ளது.

(அ) வாடகை நிர்ணயம்

(ஆ) வரன்முறைப்படுத்துதல்

(இ) நிலுவை வாடகை சுமையிலிருந்து பயனாளிகளுக்கு சலுகையளித்தல்

(ஈ) பெயர் மாற்றம் செய்வது குறித்து

(உ) விவசாய நிலங்களுக்கான குத்தகை தொடர்பாக

(ஊ) அரசாணை 318 செயல்படுத்திட

(இவைகள் குறித்து தற்போதுள்ள நிலையிலிருந்து சில மாற்றங்களை செய்திடுவதற்கான ஆலோசனைகளை நமது அமைப்பின் சார்பில் அறநிலையத்துறை ஆணையர், அமைச்சர், வாடகை நிர்ணயக்குழு தலைவர் உள்ளிட்டவர்களுக்கு தனித்தனியாக அனுப்பியுள்ளோம்).

## (அ) வாடகை நிர்ணயம்

கோயில் இடங்களில் அடிமனைகளில் வீடுகள் கட்டி குடியிருந்து வந்த பயனாளிகள் ஆரம்ப காலங்களில் ஆண்டுக்கொருமுறை பகுதிப் பணமாகத்தான் கோயில் நிர்வாகங்களிடம் வழங்கி வந்தனர். தமிழ்நாடு முழுவதும் ஒரே சீரான பகுதிப்பணமோ, குத்தகையோ வரவில்லை என்ற காரணத்தாலும், பல முறைகேடுகள் நடைபெற்றதாலும், திருக்கோயில் நிலங்கள், கடைகள், கட்டிடங்கள் மற்றும் வீடுகளுக்கு வாடகை/ குத்தகை நிர்ணயம் செய்வதற்காக முதலில் அரசாணை (நிலை) எண்.56. 19.02.1998லும், அதிலிருந்து திருத்திய வாடகை நிர்ணய அரசாணை (நிலை) எண்.353, 4.6.1999லும் நியாய வாடகையில் சில விளக்கங்களுடன் அரசாணை (நிலை) எண்.456, 9.11.2007லும் மேலும் சில விளக்குகளுடன் அரசாணை (நிலை) எண்.298, 20.7.2010லும் துறையின் சார்பில் வெளியிடப்பட்டு இதுநாள் வரை அமலில் உள்ளது.

298 அரசாணைப்படி வாடகை நிர்ணயம் செய்யும் போது அரசின் வழிகாட்டு நிலமதிப்பின்படி (Guide line Value) அடிப்படையில் மதிப்பிடப்பட்டு குடியிருப்பிற்கு 0.10 சதமும், வணிக பயன்பாட்டிற்கு 0.30 சதமும் வாடகை நிர்ணயம் செய்யப்பட்டது. மூன்று ஆண்டிற்கு ஒரு முறை 15 சத வாடகை உயர்வு செய்ய அரசாணையில் உள்ளது. நில மதிப்பிடும் போது 2001ம் ஆண்டில் நிலவிய வழிகாட்டு நில மதிப்பை அடிப்படையாக எடுத்துக் கொள்ளப்பட வேண்டும். ஆனால் 2016ம் ஆண்டு முதல் "சந்தையில் நிலவும் வாடகை" (Market Rental Value) அடிப்படையில் ஒவ்வொரு 3 ஆண்டுகளுக்கும் வாடகை நிர்ணயம் செய்ய வேண்டுமென்ற உத்தரவால், பயனாளிகளுக்கு பல மடங்கு வாடகை உயர்வு ஏற்பட்டு அவை அனைத்தும் தற்போது வாடகை

நிலுவையாக ஒவ்வொருவருக்கும் பல லட்சங்கள் உள்ளது. மேலும் நடைமுறையில் தமிழகம் முழுவதும் பெரும்பாலான இடங்களில் Market Rental Value என்பதற்கு பதிலாக Market Land Value படி வாடகை நிர்ணயம் செய்யப்பட்டுள்ளது. இதன் மூலம் பெரும் நகரப்பகுதியில் உள்ள குடியிருப்புவாசிகளுக்கும், சிறுகடை வைத்திருப்போருக்கும் பெரும் பாதிப்பை ஏற்படுத்தியுள்ளது. இந்த குறைபாடுகளை சரி செய்ய கீழ்கண்டபடி தீர்வை உருவாக்கலாம் என கருதுகிறோம்.

1. புதிய வாடகை நிர்ணயிக்கும் போது, அரசின் வழிகாட்டி நில மதிப்பு, மற்றும் அந்தந்த பகுதியில் நிலவும் சந்தை வாடகையையும் ஒப்பிட்டு இவை இரண்டில் எது குறைவோ அதன் அடிப்படையில் வாடகை நிர்ணயம் செய்யலாம்.

2. குடியிருப்பு வகையினங்களுக்கு தற்போதுள்ள வாடகை நிர்ணயம் 0.10 என்று இருப்பதை 0.05 என்று மாற்றி நிர்ணயம் செய்யலாம்.

3. வணிகத்திற்கு தற்போது வரை பொதுவான வாடகை நிர்ணயம் தொடர்கிறது. இவற்றை ஆய்வு செய்து 3 வகையாக வகைப்படுத்தி வாடகை நிர்ணயம் செய்யலாம். குடியிருப்போடு இணைந்துள்ள கடைகளுக்கு தற்போதுள்ள 0.30 என்பதை 0.15 ஆகவும் சிறு, குறு, நடுத்தர வணிக கடைகளுக்கு 0.30 என்பதை 0.20 ஆகவும் பெறும் வணிக கடைகளுக்கு (நகைகடை, மால், துணிக்கடைகள், இதர பெரும் வணிகம் உள்ளவை) தற்போதுள்ள 0.30 என்பதை உயர்த்தலாம். மேற்குறிப்பிட்ட இரு பகுதியினருக்கு வழங்கும் வாடகை சலுகையினால் ஏற்படும் வருவாய் இழப்பை இதன் மூலம் சரிசெய்யலாம்.

4. வாடகை நிர்ணயம் செய்யும் போது தற்போதுள்ள அறநிலையத்துறையின் வழிகாட்டலில், துறையின் அதிகாரிகள், அறங்காவலர்கள், பொதுப்பணித்துறை அதிகாரிகள் இணைந்து கூட்டாக கலந்து கொண்டு வாடகை நிர்ணயம் செய்யும் முறையில், அந்தந்த பகுதி பயனாளிகளையும் சேர்த்து கூட்டமர்வு கூட்டங்களை நடத்தி வாடகை நிர்ணயம் செய்யலாம்.

## (ஆ) வரன்முறைப்படுத்துதல்

அறநிலையத்துறையின் கோயில்களுக்கு சொந்தமான இடங்களில் உள்ள பயனாளிகளுக்கு மட்டுமே நோட்டீஸ் அனுப்பிட

வேண்டும். சில இடங்களில் கோயில் இடங்கள் என கருதி வேறு வகை இடங்களில் உள்ளவர்களுக்கும் அதிகாரிகள் நோட்டீஸ் அனுப்புகின்றனர். இதனால் குடியிருப்பாளர்கள் தேவையில்லாமல் நீதிமன்றங்களுக்கு செல்ல வேண்டிய நிலை உள்ளது. மேலும் கூட்டு ஆக்கிரமிப்புகளை வரன்முறைப்படுத்துவதற்காக வெளியிடப்பட்ட அரசாணை நிலை, 340ன் படியும், 13.8.2021 ன் அன்று வெளியிடப்பட்ட தங்களின் சுற்றறிக்கை நகல் எண்.37750ன் படியும், புதிதாக தங்களை வாடகைதாரர்களாக வரன்முறைப்படுத்திக் கொள்ள வரும் பயனாளிகளுக்கு சில தளர்வுகளை கொடுத்தால் வாடகை செலுத்தாதவர்களே இல்லை என்ற நிலையை எட்டலாம்.

1. துறையின் சார்பில் நோட்டீஸ் அனுப்பியவுடன் அவர்கள் தங்களை வாடகை தாரர்களாக ஒத்துக்கொண்டு வாடகை செலுத்த முன்வரும்போது எந்த தேதியில் வருகிறார்களோ அதிலிருந்து வாடகை வசூலிக்க வேண்டும். முன்தேதியிட்டு வாடகை தீர்மானிப்பதோ, வசூலிப்பதோ தவிர்க்கப்பட வேண்டும்.

2. 2400 சதுர அடி வரை அடிமனைகளை பயன்படுத்தி வரும் அனைத்து பயனாளிகளுக்கும் எந்தவிதமான நன்கொடையும் பெறாமல் வாடகைதாரர்களாக வரன்முறைப்படுத்திட வேண்டுகிறோம்.

3. புதிதாக வரன்முறைப்படுத்தும் போது பயனாளிகள் பயன்படுத்தும் இடங்களை சரியான முறையில் அளவீடு செய்ய வேண்டும். தற்போது யார் பயன்படுத்தி வருகிறாரோ அவரை வாடகைதாரர்களாக ஏற்றுக் கொள்ள வேண்டும்.

## இ) நிலுவை வாடகை சுமையிலிருந்து பயனாளிகளுக்கு சலுகையளித்தல்

நியாய வாடகை என்ற பெயரில் தீர்மானிக்கப்பட்ட வாடகை தொகையை ஏழை, எளிய, பயனாளிகள் கட்ட முடியாத நிலை தொடர்ந்த நிலையில் தான் 2016ல் வந்த புதிய உத்தரவு படி நிர்ணயிக்கப்பட்ட வாடகை உயர்வால் தான் தற்போது இவ்வளவு வாடகை நிலுவைத்தொகை உள்ளது. தமிழகம் முழுவதும் கோயில் இடத்தில் குடியிருப்பவர்கள் பெரும்பகுதியினர் சாதாரண மக்கள் தான். கடந்த பல ஆண்டுகளாக சமூக பொருளாதார வளர்ச்சி என்பது ஒரு சமச்சீரான வளர்ச்சியில்லை என்பதை கவனத்தில் கொண்டும், இந்த இடைப்பட்ட ஆண்டுகளில் கொரோனா பெரும் தொற்றால் மக்கள் வாழ்வாதாரத்தையே இழந்த நிலையில் கடந்த

2001 முதல் 2007 வரையிலான வாடகை உயர்வை ரத்து செய்ததை பின்பற்றி பயனாளிகளுக்கு கீழ்க்கண்ட முறையில் சலுகைகள் வழங்க முன்வரலாம்.

1. குடியிருப்பாளர்களுக்கு நிலுவை வாடகையை தள்ளுபடி செய்யலாம். நடப்பாண்டிலிருந்து தீர்மானிக்கும் வாடகையை மாதா மாதம் வசூலிப்பதை உத்தரவாதப்படுத்தலாம்.

2. வணிக பயன்பாட்டில் உள்ளவற்றிற்கு சிறு, குறு, நடுத்தர வியாபாரம் செய்பவர்களின் நிலுவை வாடகையை வணிக கடைகளின் தன்மைக்கு ஏற்றார் போல் 1 அல்லது 2 தவணையில் அவர்களால் கட்டமுடிந்த நிலுவைத்தொகையை மட்டும் பெற்றுக் கொள்ளலாம். (வங்கிகள் பின்பற்றுவது போல் )

3. பெரும் வணிக நிறுவனங்கள் பாக்கிவைத்துள்ள வாடகை நிலுவைத்தொகையில் கொரோனா பெரும் தொற்று ஆண்டுகளுக்கு மட்டும் வாடகையில் 50 சதம் தள்ளுபடி செய்து விட்டு, மீதி வாடகை நிலுவைத்தொகையை முற்றிலும் வசூலித்திடலாம்.

## (ஈ) பெயர் மாற்றம் செய்வது குறித்து

திருக்கோயில் இடங்களை நீண்டகாலமாக பயன்படுத்தி வருபவர்கள், அவர்களின் ரத்த வாரிசுதாரர்கள், அல்லது இவர்கள் அனுபவித்து வந்த இடங்களில் புதியதாக பயன்படுத்தி வரும் நபர்களை வாடகைதாரர்களாக/ குத்தகைதாரர்களாக பெயர் மாற்றம் செய்வதற்கு அரசு கடிதம் (நிலை) எண்.471, 30.7.1999லும் இதன் பரிந்துரைகளை ஏற்று அரசாணை (நிலை) எண்.131, 18.5.2004லும் வெளியிடப்பட்டது. இவற்றில் பெயர் மாற்றம் செய்வதற்கான நிபந்தனைகளாக குறிப்பிட்டுள்ள நன்கொடை நிர்ணயம் அதிகம் என்பதால், அதிலிருந்து சில மாற்றங்களுடன் அரசாணை (நிலை- எண்.277) 2.12.2005ல் வெளியிடப்பட்டது. இவற்றில் காலம்காலமாக அடிமனைகளில் குடியிருந்து வரும் ஏழை, எளிய, நடுத்தரப்பகுதி மக்கள், குத்தகை சாகுபடி செய்யும் விவசாயிகள், சிறுகடைகள் வைத்து வாழ்க்கை நடத்துபவர்களின் நலன்கள் குறித்து போதிய கவனம் எடுத்துக் கொள்ளவில்லையென்று கருதுகிறோம். உதாரணமாக சேவை என்ற பெயரில் தொலைத்தொடர்பு நிறுவனங்கள் அமைக்கும் “உயர்கோபுரங்கள்” (Tower) கம்பெனிகளுக்கு கொடுக்கும் சலுகை கூட சாதாரண குடியிருப்பாளர்களுக்கு வழங்கப்படாதது சரியல்ல என்று நாங்கள்

கருதுகிறோம். எனவே, பெயர் மாற்றங்களுக்கான சில கருத்துக்களை முன்வைக்கிறோம்.

1. வாரிசு அடிப்படையில் பெயர் மாற்றம் செய்ய விரும்பும் பயனாளிகளுக்கு, இறந்தவரின் இறப்பு சான்று, வாரிசு சான்று மட்டும் பெற்றுக் கொண்டு எந்த நிபந்தனையுமின்றி பெயர் மாற்றம் செய்யலாம்.

2. மூன்றாவது நபர் பெயர் மாற்றம் செய்ய விண்ணப்பிக்கும் போது 2400 சதுரடிக்குள் இருக்கும் குடியிருப்பு பகுதிக்கு மட்டும் நன்கொடை பெறுவதில் விலக்கு அளிக்கலாம். (உயர் கோபுரங்கள் - Tower-க்கு கொடுக்கும் சலுகைப்போல்)

3. வணிக பயன்பாட்டில் உள்ள கடைகள் பெயர் மாற்றம் செய்ய விண்ணப்பிப்பவர்களுக்கு, ரத்த உறவுகளாக உள்ள வாரிசுதாரர்களை தவிர்த்து, மற்றவர்களுக்கு வியாபார தகுதிக்கு ஏற்றார் போல் நன்கொடை தீர்மானிக்கலாம் (உதாரணமாக கடை வைத்திருக்கும் அனைவரும் நகைக்கடையோ, நிதி நிறுவனங்களோ வைத்திருக்கவில்லை, பஞ்சுமிட்டாய் கடையிலிருந்து பல சரக்கு கடைவரை உள்ளது என்பதை கவனத்தில் எடுத்துக் கொள்ள வேண்டும்).

## உ) விளைநிலங்கள் குத்தகை தொடர்பாக

திருக்கோயில்களுக்கு சொந்தமான நிலங்கள் 1. நன்செய் நிலம், 2. புன்செய் நிலம், 3.மானாவரி நிலம், 4. வனநிலம் (அ) கோயில் தரிசாக உள்ள நிலம். இவற்றில் நீண்ட காலமாக குத்தகை சாகுபடி செய்யும் விவசாயிகளுக்கு, குத்தகை நிர்ணயம் சாகுபடி தன்மைக்கு ஏற்றார் போல் குத்தகை தீர்மானிக்கப்படுவது தொடர்ந்து பின்பற்றப்பட வேண்டும். நன்செய் நிலங்களுக்கான குத்தகை கேட்பு அதற்கான விபரங்கள் உள்ளதைப் போல் மற்ற வகை இனங்களில் நிலங்கள் குறித்த குத்தகை கேட்பு நடைமுறைகள் போதிய அளவு கவனத்தில் இல்லையென்று கருதுகிறோம். இவைகள் குறித்து முழு விபரங்களை ஆய்வு செய்திட உரிய நடவடிக்கை எடுக்க வேண்டுகிறோம். குத்தகை செலுத்தும் விவசாயிகளிடம் வறட்சி மற்றும் புயல், வெள்ளம் ஏற்படும் ஆண்டுகளை தவிர்த்து ஏனைய பசலி ஆண்டுகளுக்கு அந்தந்த ஆண்டுகளுக்கான குத்தகையை பெற வேண்டும். பல திருக்கோயில் நிர்வாகங்கள் 1980க்கு முன்பு இருந்த 60க்கும் 40 என்ற கணக்கை

பின்பற்றுவதால் குத்தகை நிலுவை பாக்கி அதிகமாக உள்ளது. தற்போது நடைமுறையில் உள்ள 75க்கு 25 என்ற அடிப்படையில் சாகுபடியாளர்களிடமிருந்து குத்தகை வசூலித்திட வேண்டுகிறோம். வருவாய் நீதிமன்றங்கள் கொடுக்கும் உத்தரவுகளை பின்பற்ற வேண்டுகிறோம். மேலும் கீழ்கண்ட கருத்துக்களை குறைபாடுகளை களைவதற்காக முன்வைக்கிறோம்.

1. நீண்டகாலமாக குத்தகை சாகுபடி செய்யும் விவசாயிகளுக்கு சட்டப்படி "குத்தகை உரிமை பதிவு" 1.10.1969 (Record of tenance Right) செய்து தர நடவடிக்கை மேற்கொள்ள வேண்டுகிறோம்.

2. விளைச்சலில் குத்தகை விவசாயிகளிடமிருந்து 75க்கு 25 என்ற முறையில் குத்தகை வசூலிக்கப்பட வேண்டும். இதற்கான கணக்கீட்டு உத்தரவை ஒவ்வொரு குத்தகைதாரர்களுக்கும் அந்தந்த கோயில் நிர்வாகமே கொடுத்திட வேண்டுகிறோம்.

3. குத்தகை செலுத்தும் விவசாயிகளிடம் அந்தந்த பசலி ஆண்டுகளில் அவர் செலுத்திட வேண்டிய தானியத்திற்கான தொகையை அந்தந்த ஆண்டுகளில் உள்ள அரசின் விலையை மட்டும் கணக்கீடு செய்து பெற்றுக் கொள்ள வேண்டுகிறோம்.

4. தண்ணீர் பற்றாக்குறை மற்றும் காவிரி டெல்டா மாவட்டங்களில் காவிரி நதிநீர்குறைவு ஆகியவற்றால் ஆற்று நீரை நம்பி சாகுபடி செய்யும் விவசாய நிலங்கள் அனைத்தும் இருபோக சாகுபடியாக இருந்தது. தற்போது ஒரு போக சாகுபடியாக மாறிவிட்டது. எனவே, ஏற்கனவே இருபோக சாகுபடிக்கான வசூலிக்கப்பட்ட நிலங்களுக்கு ஒருபோக சாகுபடி குத்தகையை பெற வேண்டும். (குறிப்பாக, தஞ்சை, திருவாரூர், நாகை, மயிலாடுதுறை, புதுக்கோட்டை, திருச்சி, கடலூர்)

5. மடத்து நிர்வாகங்களின் கீழ் உள்ள நிலங்களில் சாகுபடி செய்யும் விவசாயிகளுக்கு ஏற்கனவே இருபோக குத்தகை வசூல் செய்த படியே ஒரு போகமாக மாறிய பின்பும் ஒரு பசலி ஆண்டில் இரண்டு குத்தகை கேட்பது தொடர்கிறது. வாரிசு அடிப்படையில் பெயர் மாற்றம் செய்யக்கூட "பாதகாணிக்கை" என்ற பெயரில் பல ஆயிரங்கள் கேட்கும் நிலை உள்ளது. இது குறித்து உரிய நடவடிக்கை எடுக்க வேண்டுகிறோம்.

## ஊ) அரசாணை 318 செயல்படுத்திட

*தமிழ்நாடு அரசு 2019வது ஆண்டில் வெளியிட்ட ஏழை, எளிய மக்களுக்கு இலவச வீட்டுமனைப்பட்டா வழங்க வழிவகை செய்யும் அரசாணை 318ல் 5வது உட்பகுதி கோயில் இடங்களில் தொடர்ந்து 5 ஆண்டுகள் குடியிருந்து வரும் வறுமைக்கோட்டிற்கு கீழ் உள்ள மக்களுக்கு பட்டா வழங்கிட வருவாய்துறை மூலம் அரசாணை வெளியிடப்பட்டது. இதில் அறநிலையங்களுக்கு சொந்தமான நிலங்களில் 600 ஏக்கரை அறநிலையத்துறை தீர்மானிக்கும் விலையை அரசே செலுத்திவிட்டு அறநிலையத்துறை ஒப்புதல் பெற்று கையகப்படுத்துவதாக அரசு அறிவித்தது. தற்போது சென்னை உயர்நீதிமன்றதில் இதற்கு இடைக்கால தடை விதிக்கப்பட்டுள்ளது. கடந்த சட்டமன்ற கூட்டத்தொடரில் இது குறித்து விவாதம் எழுந்த போது அதற்கு பதிலளித்து பேசிய மாண்புமிகு. அறநிலையத்துறை அமைச்சர் விரைவில் தடையை நீக்கிட அரசின் சார்பில் சீராய்வு மனு தாக்கல் செய்யப்படும் என அறிவித்தார். அதன்படி அரசு சீராய்வு மனு தாக்கல் செய்திட அறநிலையத்துறை தடையாக இருக்க கூடாது என வேண்டுகிறோம்.*

*1. அரசாணை 318ல் கோயில் இடங்களில் நீண்டகாலமாக குடியிருக்கும் வறுமைக் கோட்டிற்கு கீழ்உள்ள மக்களுக்கு பட்டா வழங்கிட உரிய 600 ஏக்கர் நிலங்களை அறநிலையத்துறை, அறநிலையச் சட்டப்பிரிவு 34ன் படி உரிய தொகையை பெற்றுக் கொண்டு கொடுப்பதற்கு சம்மதிக்கலாம்.*

*2. நிலத்தை விற்பதனால் திருக்கோயில் நிலங்கள் குறையும் என்று கருதினால் சட்டப்பிரிவு 34ன் படி கொடுக்கும் நிலத்திற்கு மாற்றாக அதே அளவு அரசின் வேறு வகைப்பாடுகளில் உள்ள நிலங்களை அரசிடமிருந்து பரிவர்த்தனையாக பெற்றுக் கொள்ளலாம்.*

8

# அறநிலையத்துறையை எதிர்கொள்வது எப்படி?

தமிழக அறநிலையத்துறை 1925 ல் அமைக்கப்பட்டு இருந்தாலும், 1959இல் அறநிலையத்துறை சட்டம் அறிவிக்கப்பட்டு இருந்தாலும் அப்படி ஒரு துறை உள்ளது என்பதே 2004ஆம் ஆண்டுதான் பொதுவெளிக்கு தெரியவந்தது. தமிழ்நாட்டில் உள்ள பல்லாயிரக்கணக்கான கோவில்களின் சொத்துக்களை நிர்வகித்துவரும் அறநிலையத்துறை, தனது கட்டுப்பாட்டில் உள்ள கோவில்களுக்கு சொந்தமான அடிமனை வாடகைதாரர்கள், வணிக கட்டிடங்களில் உள்ள வாடகைக்கு சிறு வணிகம் செய்வோர், மற்றும் சாகுபடியில் ஈடுபடும் குத்தகை விவசாயிகள் என பல லட்சக்கணக்கான பேருக்கு அறநிலையத்துறை சட்டம் 34A பிரிவின் கீழ் நியாய வாடகை செய்கிறோம் என முடிவுசெய்து **"அநியாய வாடகை நிர்ணயம்"** செய்த போதுதான் பயனாளிகளுக்கு அந்தத் துறையே நேரடியாக அறிமுகமானது.

தான் வணங்கும் கடவுளுக்கு தனது உழைப்பின் ஒரு பகுதியை தனது பொருளாதார நிலைக்கு ஏற்ப நன்கொடையாக, காணிக்கையாக, வாடகையாக கொடுத்து வந்த பயனாளிகள் அறநிலையத்துறை அறிவித்த வாடகை உயர்வைக் கண்டு கதிகலங்கிப் போயினர். தமிழ்நாடு முழுவதும் 2004ஆம் ஆண்டு முதல் 2006ஆம் ஆண்டுக்குள் சுமார் 60 ஆயிரம் வழக்குகள் அநியாய வாடகை உயர்வு குறித்து நீதிமன்றங்களில் முறையீடு செய்யப்பட்டன. சட்டரீதியான தீர்வு தேடிய மக்களுக்கு சரியான தீர்வு கிடைப்பதற்கு பதில், வழக்கறிஞர்களுக்கு கொடுத்த வழக்கு செலவுகளே பெரும் சுமையாக மாறியதே அன்றி தீர்வு வரவில்லை. பல நீதிமன்றங்கள் பல ஆண்டுகள் கழித்து அறநிலையத்துறை நீதிமன்றங்களை நாட சொல்லி வழக்குகளை தள்ளுபடி செய்தன. அந்த வகையில் பயனாளிகள் அறநிலையத்துறையின் சட்டங்களை முழுமையாக தெரிந்து கொள்வது சாத்தியமில்லை என்றாலும் அவர்கள் தொடர்புடைய சட்ட பிரிவுகள் 34, 34A, 78, 78/2, 78/4, 79 முதலான சட்ட பிரிவுகள் குறித்து தெரிந்து கொள்வது அவசியமாகும். இவற்றை அறிந்து கொள்வதன் மூலம் அறநிலையத் துறையை எந்த பதட்டமும் இன்றி அணுக முடியும்.

அறநிலையத்துறை கட்டுப்பாட்டில் உள்ள கோவில் சொத்துக்களை பயன்படுத்திவரும் பயனாளிகளில் அவர்கள் அடிமனை வாடகைதாரர்களாக இருந்தால் அரசாணைகள் 56,353, 456, 298 (அரசாணைகள் இப்புத்தகத்தில் வெளியிடப்பட்டுள்ளது) மற்றும் சுற்றறிக்கைகள் அடிப்படையில் வாடகை நிர்ணயம் செய்து இணை ஆணையரால் கையொப்பமிட்ட, கோவில் செயல் அலுவலர், தக்கார் அல்லது அறங்காவலர் அல்லது தர்மகர்த்தா முதலானவர்களால் அறிவிப்பு செய்யப்படும். இத்தகைய அறிவிப்பு கடிதங்கள் 15 நாட்களுக்குள் பயனாளிகளின் ஒப்புதலையோ அல்லது மறுப்பையோ தெரிவிக்க கூறினால், பயனாளிகள் அவர்கள் பகுதியிலுள்ள சங்க நிர்வாகிகளின் ஆலோசனையோடு பதில் கடிதம் அளிப்பது அவசியமாகும். அவ்வாறு செய்யாவிட்டால் அந்த அறிவிப்பு கடிதத்தில் கண்டுள்ள வைப்புத் தொகை மற்றும் நிலுவைத் தொகையை நாம் ஏற்றுக்கொண்டதாக அறநிலையத் துறையால் கருதப்படும். மேலும் பல சமயங்களில் அறநிலையத் துறையால் வழங்கப்படும் கடிதத்தில் உள்ள இறுதி தேதிக்கு முதல் நாளில் கடிதம் நேரில் கொடுக்கப்பட்டால், பதில் கடிதம் அனுப்பும் போது கடிதம் கையில் கிடைக்கப்பட்ட தேதியையும் குறிப்பிட வேண்டும். குறிப்பாக 1.வாடகை நிர்ணயம், 2. வாடகைதாரர் முறைப்படுத்திக் கொள்வதற்கான அறிவிப்பு, 3. வாடகையை தொடர்ந்து செலுத்தாததால் சட்டப்பிரிவுகள் 78 கீழ் "**ஆக்கிரமிப்பாளர்**"என அறிவித்து "விசாரணைக்கு அழைக்கும் "கடிதம், 4. வாடகைதாரர் வெளியேற்ற வகை செய்யும் சட்டப்பிரிவு 79 கான கடிதம், பயனாளிகளுக்கு அனுப்பப்படுகிறது. அந்த வகையிலான கடிதங்களுக்கு எவ்வாறு பதிலளிக்கலாம் என்பதற்கான மாதிரிகளையும் கீழே காணலாம். கடிதங்கள் அனுப்பும்போது பதிவு செய்யப்பட்ட ஒப்புகை சீட்டும் (Registered Post with Aknowledgement Card) இணைத்து அனுப்பவேண்டும்.

## மாதிரி கடிதம் 1
### (சங்கம் சார்பில் அனுப்பப்பட்டது)

குடியிருப்பு பகுதி நகர் நல சங்கங்கள். (தமிழ்நாடு அனைத்து சமய நிலங்களை பயன்படுத்துவோம் பாதுகாப்பு சங்கத்தோடு இணைக்கப்பட்டது)

தேதி

அனுப்புநர் (பயனாளியின் பெயர், முகவரி)

பெறுநர் (அறநிலையத் துறை அதிகாரி, முகவரி)

**பொருள்:** அன்னை நகர், இந்திரா நகர், ஜெ. ஜ. நகர் ,சிவசக்தி நகர், உள்ளிட்ட திரிசூலம் பகுதியில் அறநிலையத்துறையின் கட்டுப்பாட்டில் உள்ள திரிசூலநாதர் கோவிலுக்கு சொந்தமான இடங்களில் குடியிருக்கும் மக்களை அறநிலையத்துறை சட்டப்படி வாடகைதாரர்கள் முறைப்படுத்துதல் தொடர்பாக.....

அறநிலையத்துறை ஆணையர் அவர்களுக்கு வணக்கம்..

ஐயா, காஞ்சிபுரம் மாவட்டம் திரிசூல பகுதியில் உள்ள திரிசூலநாதர் கோவிலுக்கு சொந்தமான மனைகளில் சுமார் ஆயிரத்துக்கும் மேற்பட்ட மக்கள் பல ஆண்டுகளாக சொந்தமாக வீடு கட்டி பல்வேறு நகர் பகுதிகளாக கூட்டாக குடியிருந்து வருகிறார்கள். இவர்கள் அனைவருக்கும் சமீபகாலமாக அறநிலையத்துறையிலிருந்து முறைப்படுத்துவதற்கான கடிதங்கள், தங்களின் இணை ஆணையர் அலுவலகத்திலிருந்து தொடர்ந்து வந்து கொண்டிருக்கின்றன. பல்வேறு வாழ் நிலையிலும் ,போதுமான கல்வியும் இல்லாத எமது பகுதி உள்ள ஏழை, எளிய மக்கள் இந்த கடிதம் கண்டு பதட்டமான மனநிலையிலும், குழப்பமான நிலையிலும் உள்ளனர். இந்நிலையில் எமது சங்கம் அனைத்து மக்களிடமும் பகுதி கூட்டங்கள் மூலம் இதுகுறித்து எடுத்துக்கூறி அவர்களைத் தெளிவுபடுத்தி வருகிறோம். கோவில்களுக்கு சொந்தமான இடங்களில் கூட்டாக ஆக்கிரமித்து

வீடு கட்டி குடியிருந்து வரும் மக்களை வரன்முறை படுத்தும் நடவடிக்கையை சென்னை உயர் நீதிமன்ற வழிகாட்டுதலின் அடிப்படையில் அறநிலையத்துறை மேற்கொண்டு வருவதை நாங்கள் அறிவோம். அந்த வகையில் எமது நகர் பகுதியில் உள்ள இம்மக்களை முறைப்படுத்தும் சட்டப்படியான நடவடிக்கைகளுக்கு எமது சங்கம் உடனிருந்து ஒத்துழைப்பு நல்கும் என்பதை உங்கள் கவனத்திற்கு கொண்டுவர விரும்புகிறோம். எமது சங்க நிர்வாகிகள் இதுகுறித்து எந்த நேரத்திலும் மக்களோடு இணைந்து உங்களுக்கான ஒத்துழைப்பு கொடுப்பார்கள் என்பதையும் தெரிவித்துக் கொள்கிறோம்.

இப்படிக்கு,

(அனுப்புநர் கையொப்பம்)

## மாதிரி கடிதம் 2
## (பயனாளி அனுப்ப வேண்டிய கடிதம்)

(அறநிலையத்துறை சட்டப் பிரிவு 78 தொடர்பாக பதில்கடிதம்)

தேதி:

அனுப்புநர்: (பயனாளியின் பெயர், முகவரி)

பெறுநர்: (அறநிலையத் துறை அதிகாரி, முகவரி)

**பொருள் :** தாங்கள் அனுப்பிய எம் பி நம்பர் 75222 நாள் 10/02/22 கடிதம் தொடர்பாக....

உதவி ஆணையர் அவர்களுக்கு வணக்கம்:

மேற்கண்ட முகவரியில் நான் பல ஆண்டுகளாக சொந்தமாக வீடு கட்டி குடியிருந்து வருகிறேன் . நான் குடியிருந்து வரும் அடிமனை தொடர்பாக இதுவரை தங்கள் அலுவலகத்தில் இருந்து எந்த கடிதமும் பெறவில்லை. நான் தற்போது குடியிருந்து வரும் புல எண்......, 2403 சதுர அடி மனை திரிசூல நாதர் கோவிலுக்கு சொந்தமானதாக உள்ளது என்பதை மேற்கண்ட தங்கள் அலுவலக கடிதம் மூலம் அறிய பெற்றேன். இந்த நிலம் இந்து அறநிலையத்துறையின் கட்டுப்பாட்டில் உள்ளது என்பதால், அறநிலையத் துறையின் சட்டப்படி நான் வாடகைதாரராக மாற்றிக் கொள்ள விரும்புகிறேன். அதற்கான அலுவல் ரீதியான நடைமுறைகளை தாங்கள் மேற்கொண்டால் அதற்கு நான் ஒத்துழைப்பேன் என்பதை இதன் மூலம் உறுதி அளிக்கிறேன்.

குறிப்பு: (பயனாளிகளிகள் பயன்படுத்திவரும் இடத்தில் உள்ள குறைபாடுகள் ஏதேனும் இருந்தால் குறிப்பிடவேண்டும்)

1.அடி மனையின் அளவு கூடுதலாக/ குறைவாக உள்ளது.

2. முகவரி தவறாக உள்ளது.

இப்படிக்கு,

(அனுப்புநர் கையொப்பம்)

## மாதிரி கடிதம் 3
## (சங்கம் சார்பில் அனுப்ப வேண்டிய கடிதம்)

தேதி:

பெறுநர்

துணை ஆணையர்/செயல் அலுவலர் அவர்கள்,
அருள்மிகு வடபழநி ஆண்டவர் திருக்கோயில்,
வடபழனி சென்னை 26.

**பொருள்:** அறநிலையத்துறையின் கட்டுப்பாட்டில் உள்ள மேற்படி கோயிலுக்கு சொந்தமான இடங்களின் பயனாளிகளுக்கு வாடகை நிர்ணயம் தொடர்பாக

துணை ஆணையர்/செயல் அலுவலர் அவர்களுக்கு வணக்கம்,

ஐயா,

தமிழகம் முழுவதும் இந்து அறநிலையத்துறை கட்டுப்பாட்டில் உள்ள கோவில்களுக்கு சொந்தமான இடங்களில் அடிமனை வாடகைக்கு குடியிருப்போர் மற்றும் வணிகம் செய்வோர் செலுத்தவேண்டிய நிலுவை வாடகை தொடர்பாக அறநிலையத்துறை அதிகாரிகள் எடுத்து வரும் நடவடிக்கைகளை நாங்கள் அறிவோம். பயனாளிகளை முறைப்படுத்தும் சரியான நடவடிக்கைகளை வரவேற்கிறோம். அதே நேரத்தில் அரசாணைகள் எண் 456,298 அடிப்படையில் வாடகை நிர்ணயிப்பதற்கு பதிலாக, 2016 முதல் வாடகை நிலுவை என்ற பெயரில் பல லட்சங்கள் உடனடியாக கட்ட வேண்டும் என்று அறிவிப்புகள் அனுப்பி உள்ளது பயனாளிகள் இடையே மிகப் பெரும் மன உளைச்சலையும் வேதனையையும் ஏற்படுத்தியுள்ளது. இந்நிலையில் மேற்படி கோவிலுக்கு சொந்தமான இடங்களின் பயனாளிகளுக்கு தாங்கள் அனுப்பிய வாடகை நிர்ணயம் தொடர்பான 23/ 3 /2022 தேதியிட்ட கடிதமும் அதனுடன் இணைக்கப்பட்ட கணக்கிட்டு தாளும் பல்வேறு குறைபாடுகளுடன் உள்ளது என்பதை தங்கள் கவனத்திற்கு கொண்டுவர விரும்புகிறோம். அதேநேரத்தில் குறைபாடுகளைக் களைந்து அறநிலையத்துறை சட்டப்படி பயனாளிகளுக்கு நிர்ணயிக்க கூடிய நியாயமான வாடகையை

செலுத்த சங்கமும் உங்களுடன் இணைந்து ஒத்துழைக்கும் என்பதை இதன் மூலம் தெரிவித்துக் கொள்கிறோம்.

இப்படிக்கு,

(அனுப்புநர் கையொப்பம்)

## மாதிரி கடிதம் 4
## (சங்கம் சார்பில் அனுப்ப வேண்டிய கடிதம்)

உழுபவருக்கே நிலம் சொந்தம் ! குடியிருப்போருக்கே அடிமனை சொந்தம் !

# தமிழ்நாடு அனைத்து சமய நிலங்களை பயன்படுத்துவோர் பாதுகாப்பு சங்கம்
## மாநில அமைப்புக்குழு

நெ.46A, வ.உ.சி. தெரு, கஸ்தூரிபாய் நகர், மேற்கு தாம்பரம், சென்னை-45

---

தேதி: ............................

பெறுநர்

**உயர்திரு. இணை ஆணையர் அவர்கள்,**
இந்து சமய அறநிலையத்துறை ,
11/20, A.K.தங்கவேலர் தெரு,
காஞ்சிபுரம்.

**பொருள்:** அருள்மிகு திரிசூலநாதர் திருக்கோயில் குடியிருப்போர்கள் தங்களை வாடகைதாரராக மாற்றிக் கொள்ளும் ஒப்புதல் கடிதம் தொடர்பாக:-

இணை ஆணையர் அவர்களுக்கு வணக்கம்,

அய்யா,

இந்து சமய அறநிலையத்துறை கட்டுப்பாட்டில் உள்ள அருள்மிகு திரிசூலநாதர் திருக்கோயிலுக்கு சொந்தமான அடிமனைகளில் பல ஆண்டுகளாக குடியிருந்து வரும் மக்களுக்கு, தாங்கள் அனுப்பிய சட்டப்பிரிவு -78ன் அடிப்படையிலான கடிதம் மீதான விசாரணையில், தங்களை 22.02.2022 அன்று நேரில் சந்தித்து பேசிய போது, தாங்கள் தெரிவித்த யோசனையின் அடிப்படையில் எமது சங்கம் தலையிட்டு மக்களிடம் எடுத்து கூறினோம். மக்கள் எழுப்பிய பல்வேறு கேள்விகளுக்கு அளிக்கப்பட்ட பதில்களில் தெளிவடைந்த குடியிருப்பாளர்கள் இந்து சமய அறநிலையத்துறை அரசாணை 340-ன் படி தங்களை வாடகைதாரர்களாக மாற்றிக் கொள்ள ஒப்புதல் தெரிவித்துள்ளவர்களின் ஒப்புதல் கடிதத்தை_______பேர் அளித்துள்ளனர். அதன் தொகுதியினை தங்களிடம் அளிக்கின்றோம். அடுத்து வரும் நாட்களில், தொடர்ந்து ஒப்புதல் கடிதங்களைப் பெற்று சமர்ப்பிப்போம் என்பதை இதன் மூலம் தெரிவித்துக் கொள்கிறோம்.

இப்படிக்கு,

**இணைப்பு:**
பெயர் பட்டியலும் ஒப்புதல் கடிதமும்
இணைக்கப்பட்டுள்ளது.

# 9

# அறநிலையத்துறையின் அரசாணைகள்

நகல்:

தமிழ்நாடு அரசு

சுருக்கம்

இந்து சமய அறநிலைய ஆட்சித்துறை திருக்கோயில் நிலங்கள்-கடைகள் மற்றும் வீடுகள் -வாடகை நிர்ணயம் -வழிமுறைகள்-பின்பற்றுதல்- ஆணை வெளியீடு

வணிகவரி மற்றும் அறநிலையத்துறை

அரசாணை(நிலை)எண்.56 நாள் 19.2.98

படிக்கவும்:

இந்து சமய அறநிலைய ஆட்சித்துறை ஆணையர் கடித எண்.64676/97 ஆர்2/நாள் 22.6.97 மற்றும் 26.8.97

---

ஆணை:

தமிழ்நாட்டில் உள்ள திருக்கோயில் நிலங்கள், காலிமனைகள், கட்டிடங்கள் மற்றும் கடைகளுக்கு பல ஆண்டுகளுக்கு முன்பு வாடகை/குத்தகை நிர்ணயம் செய்யப்பட்டுள்ளது. வாடகை நிர்ணயக் குழுவினருக்கு தகுந்த வழிமுறைகள் இல்லாததால் அலுவலர்கள் மற்றும் வாடகைதாரர்களுடன் கலந்து வாடகைத் தொகையை உயர்த்தப்பட்டுள்ளது.

2) இந்நிலையில் பார்வையில் காணும் கடிதத்தில் உள்ள இந்து சமய அறநிலைய ஆட்சித்துறை ஆணையரின் பரிந்துரையை ஏற்று, திருக்கோயில் நிலங்கள், கடைகள், கட்டிடங்கள்மற்றும் வீடுகளுக்கு வாடகை/ குத்தகையை நிர்ணயம் செய்ய, கீழே விவரிக்கப்பட்டுள்ள வழிமுறைகளைப் பின்பற்ற வேண்டும் என்று அரசு ஆணையிடுகிறது.

1) கோயிலுக்குச் சொந்தமான வீடுகளுக்கு வீட்டின் மதிப்பில் 0.5% வாடகையாக நிர்ணயிக்கலாம்.

2) கோயிலுக்குச் சொந்தமான கடைகளுக்கு கட்டிடத்தின் மதிப்பில் 1% வாடகையாக நிர்ணயிக்கலாம்.

3) கோயிலுக்குச் சொந்தமான காலிமனைகளை வீடுகட்ட குத்தகைக்கு விடப்பட்ட இனங்களில், சந்தை மதிப்பில் 0.25% வாடகையாக நிர்ணயிக்கலாம்.

4) கோயிலுக்குச் சொந்தமான காலிமனைகளை வணிக நோக்கத்திற்கு குத்தகைக்கு விடப்பட்டிருந்தால், சந்தை மதிப்பில் 0.5% வாடகையாக நிர்ணயிக்கலாம்.

5) வறுமை கோட்டிற்கு கீழே உள்ளவர்களுக்கு மேற்குறித்த இனங்களில் நிர்ணயிக்கப்படும் வாடகையில் பாதியை வாடகையாக நிர்ணயிக்கலாம்.

..2..

6) சில இடங்களில் கோயிலுக்குச் சொந்தமான வீடுகளில் பின்புறங்களில் காலியிடம் உள்ளது. அவற்றைக் குடியிருப்பவர்கள் பயன்படுத்தாமலும், கோயில் நிர்வாகம் அனுபவிக்க இயலாமையும் உள்ளது. இத்தகைய இனங்களுக்கு குடியிருப்பவர்களிடம் மேற்படி இடம் காலியாகவே வைக்கப்பட வேண்டுமென்ற அறிவுரையுடன் இடத்தைச் சேர்த்தாற்போல வாடகை நிர்ணயிக்குழு மூலம் சிறிய தொகையை வாடகையாக நிர்ணயிக்கலாம்.

7.) இவ்வாறு வாடகை நிர்ணயிப்பதில், சிலர்களை [illegible] வாடகை நிர்ணயிக்குழு குறிப்பிட்ட காரணங்களுக்காக குறைந்த தொகையை வாடகையாக நிர்ணயிக்க அனுமதிக்கலாம். இத்தகைய இனங்களில் காரணங்களைத் தெளிவாகத் தெரிவிக்க வேண்டும்.

3(1) அ) திருக்கோயிலுக்குச் சொந்தமான வீடுகள்/கடைகளுக்கு 'வாடகை நிர்ணயக்குழு' மூலமும்.

ஆ) காலிமனைகளுக்கு செயல் அலுவலர் அறங்காவலர் குழு அல்லது தக்கார் தீர்மானம் மூலமும் மேலே பத்தி 2ல் சொல்லப்பட்டுள்ள வழிமுறைகளைப் பின்பற்றி வாடகை/குத்தகை நிர்ணயம் செய்யப்பட வேண்டும்.

2) இந்த வழிமுறைகள் நடப்பு பசலி ஆண்டிலிருந்து செயல்முறைக்கு வருகிறது.

3) ஒவ்வொரு பசலி ஆண்டு துவக்கத்திலும் வாடகை/குத்தகை தொகையை 10% உயர்த்தி செயல் அலுவலர்களுக்கு அனுமதி வழங்கப்படுகிறது.

4) கட்டிடங்களுக்கு மட்டும் மூன்றாண்டுக்கு ஒருமுறை 'வாடகை நிர்ணயக்குழு' மூலம் வாடகை மறுபரிசீலனை செய்யப்பட வேண்டும்.

(ஆணையரின் ஆணைப்படி)

எம்.ஏ. சௌரிசங்கர்,
அரசுச் செயலாளர்,

பெறுநர்
ஆணையர், இ.ச.அ.ஆ.துறை, சென்னை.34.

நகல்:
வரிவசூல் மற்றும் அறநிலையத்துறையிலுள்ள அனைத்து அறநிலையப் பிரிவுகளுக்கும் அனைத்து இணை ஆணையர்களுக்கும் (ஆணையர் வழியாக)

/உத்தரவின்படி அனுப்பப்படுகிறது/

ஒப்பம்/.
பிரிவு அலுவலர்.

இணை ஆணையர் அலுவலகம்,
இ.ச.அ.ஆட்சித்துறை, சென்னை-34.

ந.க.7836/99-2/அ3 நாள் 29.7.99

பொருள்: திருக்கோயில் நிலங்கள்-கடைகள்-வீடுகள் வாடகை நிர்ணயம் விதிமுறைகள்-வகுக்கப்பட்டது-திருத்தி அமைத்தல்-குறித்து.

பார்வை: சிறப்பு ஆணையர் மற்றும் ஆணையர் ந.க.744/98 12 15.6.99.

---

பார்வைக் குறிப்பின் நகல் இத்துடன் அனுப்பப்படுகிறது. அக்குறிப்பில் தெரிவிக்கப்பட்டுள்ளபடி, திருக்கோயிலுக்குச் சொந்தமான வீடுகள், கடைகள் மனைகளுக்கு திருத்தி அமைக்கப்பட்ட அரசாணை எண்.353/99 நாள் 4.6.99ன்படி நியாயவாடகை நிர்ணயம் செய்யும் பொருட்டு உரிய பரிந்துரை அனுப்பவும், ஏற்கனவே நியாய வாடகை நிர்ணயம் செய்யப்பட்டிருந்தாலும், புதிய அரசாணையின்படியே இனி வாடகை வசூலிக்கப்படவேண்டும் எனவும் அறிவுறுத்தப்படுகிறது.

ஓம்.ப.ராஜா,
இணை ஆணையர் (கூ.பொ.)

/உ.ந.உ.ப./

மேலாளர்.

பெறுநர்

அனைத்து செயல் அலுவலர்கள்.
ஆய்வர்கள்.
பரம்பரை அறங்காவலர்கள். (ஆய்வர்கள் மூலமாக)

நகல்

சிறப்பு ஆணையர் ம ஆணையரிடமிருந்து வரப்பெற்ற ந.க.744/99 வி2 நாள் 15.6.98ன் நகல்.

---

பொருள்: இந்துசமய அறநிலைய ஆட்சித்துறை-திருக்கோயில் நிலங்கள் கடைகள் வீடுகள்-வாடகை நிர்ணயம் விதிமுறைகள்-வகுக்கப்பட்டது திருத்தி அமைத்தல்-குறித்து.

பார்வை: 1. அரசு ஆணை (நிலை) எண்.56 வணிகவரி ம அறநிலையத்துறை நாள் 19.2.98.

2. அரசு ஆணை (நிலை) எண்.353, தமிழ் வளர்ச்சி பண்பாடு மற்றும் அறநிலையத்துறை நாள் 4.6.99.

---

திருக்கோயில்களுக்கு சொந்தமான அசையாச் சொத்துக்களுக்கு நியாய வாடகைக் குழுக்களின் மூலம் நியாய வாடகை நிர்ணயம் செய்வது குறித்து இவ்வலுவலகத்தால் அவ்வப்போது நடவடிக்கை எடுக்கப்பட்டு சுற்றறிக்கைகள் மூலம் [illegible].

௨

2. இதுபோன்று நியாய வாடகை நிர்ணயம் செய்ய நியாய வாடகை நிர்ணயக் குழுக்கள் இலாகா பூர்வமாக அமைத்து அவற்றின் மூலம் அசையாச் சொத்துக்களுக்கு நியாய வாடகை நிர்ணயம் செய்யப்படவேண்டியது குறித்து ஆராய்ந்து எந்தெந்த அடிப்படையில் எந்தெந்த சொத்துக்களுக்கு நியாய வாடகை நிர்ணயம் செய்யப்படவேண்டும் என்பது குறித்து பார்வை 1ல் காணும் அரசு ஆணையில் உத்தரவுகள் பிறப்பிக்கப்பட்டது.

3. இதன்படி இணை ஆணையர் மண்டலம் தோறும் நியாய வாடகை நிர்ணயக்குழுக்கள் அமைக்கப்பட்டு அந்தக்குழுக்கள் ஆலய நிர்வாகிகளிடம் அறிக்கைகள் பெற்று பரிசீலித்தும் ஸ்தல விசாரணை செய்தும், சொத்துக்களை அளவீடு செய்தும் பார்வை 1ல் காணும் அரசாணையில் காணும் வழிகாட்டி நடைமுறைகளின்படி நடவடிக்கை எடுக்கப்பட்டுள்ளது.

4. இதன்படி வாடகை நிர்ணயிக்கப்பட்ட இனங்களில், பெருவாரியானவற்றில் குத்தகை வாடகைதாரர்கள் குத்தகை/வாடகை உயர்வு பல மடங்கு வருவதாக ஆட்சேபித்து அறிவிப்புகளைப் பெற மறுத்தும் சிலர் நீதிமன்றங்களில் வழக்கு தொடுக்க முற்பட்டும் சிலர் அவற்றைக் குறைக்க வேண்டுமென ஆணையருக்கு மனுக்கள் அனுப்புவது போன்ற பல்வேறு வகைகளில் வசூலில் கூடுதலோ முன்னேற்றமோ இன்றி முந்தைய நிலையிலேயே இருந்து வருகின்றது. நாளது தேதி வரை இணை ஆணையர்களிடமிருந்து பெறப்பட்ட தகவல்களின்படி திருக்கோயில் மற்றும் அறநிலையங்களுக்குச் சொந்தமான கட்டிடங்கள் மொத்தம் 69,116 இனங்கள் உள்ளதாக கணக்கிடப்பட்டுள்ளது. அதில் 25,147 இனங்கள் நியாய வாடகை நிர்ணயம் செய்யப்பட்டுள்ளது. எஞ்சிய இனங்கள் நிர்ணயம் செய்யப்பட வேண்டும். இந்த தேக்க நிலையை மாற்ற தக்க பிரேரணைகள் அரசுக்கு இந்த அலுவலகத்திலிருந்து அனுப்பப்பட்டது. அதன் அடிப்படையில், திருக்கோயில் சொத்தைப்போன்ற சொத்து அதே பகுதியில் தனியார் ஒருவரால் வாடகை விடப்படும்போது என்ன வாடகைக்கு விடப்பட்டுள்ளதோ அல்லது என்ன வாடகை நிர்ணயம் செய்யப்பட்டுள்ளதோ அதற்கு சமமாக அல்லது குறையாமல் நிர்ணயிக்கக்கூடியதே பொது மக்களால் ஏற்றுக்கொள்ளக்கூடிய ஒன்றாகும் என்றும் அதற்கேற்ப இதுவரை அமலில் உள்ள ஆணைகள் தளர்த்தப்படவேண்டும் எனக்கருதி அரசு பார்வை 2ல் குறிப்பில் புதிய உத்தரவுகள் பிறப்பித்துள்ளது. அரசு ஆணையின் நகல் ஒன்று இக்கடிதத்துடன் இணைக்கப்பட்டுள்ளது.

(அ) புதிய அரசாணையின்படி வாடகை நிர்ணயம் செய்யும்போது கண்டிப்பாக அருகில் உள்ள சந்தை மதிப்பு வாடகை, இதுபோன்ற மனைகள்/கட்டிடங்கள் ஆகியவை தனியாரால் என்ன வாடகைக்கு பொது மக்களுக்கு விடப்பட்டுள்ளன என்பதை நன்கு புல ஆய்வு மற்றும் விசாரணை செய்து அறிந்து வாடகை நிர்ணயம் செய்யப்படவேண்டும்.

(ஆ) அவ்விதம் நிர்ணயம் செய்யும்போது இதுபோன்ற சந்தை மதிப்பு வாடகைக்கு குறையாமலும் ஆலயத்திற்கு எவ்வித நட்டமும் ஏற்படாமலும் வாடகை நிர்ணயம் செய்யப்படவேண்டும்.

(இ) இது போன்ற வாடகை/குத்தகை நிர்ணயம் செய்யும் இனங்களில் அனைத்து உத்தரவுகள் மண்டல இணை ஆணையர்களாலேயே பிறப்பிக்கப்படவேண்டும் என்று தெரிவிக்கப்படுகிறது.

(ஈ) இந்த அரசாணையின்படி நியாய வாடகை நிர்ணயம் செய்யப்படும் நேர்வுகளில் ஏதேனும் சிக்கல்கள் இருப்பின் அது குறித்து தகுந்த காரணங்களுடன் தனியாக இவ்வலுவலகத்திற்கு பரிந்துரை செய்து ஆணையரின் உத்தரவுகள் பெற்று செயல்பட வேண்டும்.

(உ) புதிய அரசாணையின்படி போர்க்கால அடிப்படையில் இப்பணியினைச் செய்து நியாய வாடகை நிர்ணயம் 30.9.99க்குள் முடிக்கப்படவேண்டும்.

/ 3 /

இந்த மதிப்பினை பெற்றுக்கொண்டமைக்கு ஒப்புதல் அளிக்க சார்நிலை அலுவலர்களைக் கேட்டுக் கொள்ளப்படுகிறது.

ஓம். சுகவனேஸ்வர்,
சிறப்புஆணையர்/ ஆணையர்.

/உண்மை நகல்/

அரசாணை நகல் :-

தமிழ்நாடு அரசு இந்து சமய அறநிலைய ஆட்சித்துறை – திருக்கோயில் நிலங்கள் கடைகள் மற்றும் வீடுகள் வாடகை நிர்ணயம் வழிமுறைகள் வகுக்கப்பட்டது திருத்தி அமைத்து ஆணை வெளியிடப்படுகிறது.

தமிழ் வளர்ச்சி–பண்பாடு மற்றும் அறநிலையத்துறை

அரசாணை நிலைஎண். 353 நாள் 4.6.1999.

படிக்கப்பட்டது.

1. அரசாணை நிலை எண். 56 வணிகவரி மற்றும் அறநிலையத்துறை நாள் 19.2.98.

2. இந்து சமய அறநிலைய ஆட்சித்துறை சிறப்பு ஆணையர் மற்றும் ஆணையரது ந.க.744/வி2/99 நாள் 12.3.99 மற்றும் 21.4.99

---

ஆணை :

முதலில் படிக்கப்பட்ட அரசாணையில் தமிழ்நாட்டிலுள்ள திருக்கோயில் நிலங்கள், காலிமனைகள் கட்டிடங்கள் மற்றும் கடைகளுக்கு வாடகை நிர்ணயம் செய்வதற்கு வழிமுறைகள் வகுத்து ஆணையிடப்பட்டது. அதன்படி நிர்ணயிக்கப்பட்ட இனங்களில், பெருவாரியானவற்றில் குத்தகை/வாடகைதாரர்கள் குத்தகை/வாடகை உயர்வு பன்மடங்கு வருவதாக ஆட்சேபித்து [illegible] பெற மறுத்தும், சில சிலர் நீதிமன்றங்களில் [illegible], சிலர் அவற்றைக் குறைக்க வேண்டுமென ஆணையருக்கு [illegible] போன்ற பல்வேறு வகைகளில் வசூலில் கூடுதலோ முன்னேற்றமோ [illegible] நிலையிலேயே இருந்து வருகிறது என்பதால் திருக்கோயில் [illegible] அதே பகுதியில் தனியார் ஒருவரால் வாடகைக்கு விடப்படும்போது [illegible] வாடகை நிர்ணயிக்கப்பட்டுள்ளதோ அதற்கு சமமாக [illegible] திருக்கோயில் சொத்துக்கும் வாடகை நிர்ணயம் செய்யப்படுவது பொது மக்களால் ஏற்றுக் கொள்ளக்கூடிய [illegible] என்றும், இதற்கு தக்கவாறு முதலில் படிக்கப்பட்ட அரசாணைக்கு தளர்வுகள் செய்து, திருத்திய அரசாணை பிறப்பிக்கப்பட்டால் நியாய வாடகைக் குழு மூலம் வாடகை/குத்தகை திருத்தியமைக்கப்படுதல் எளிதாகும் என்றும், மேலும் திருக்கோயிலுக்கு உடனடியாக கூடுதல் வருவாய் ஈட்டக்கூடிய வகையிலும் அமையும், என்றும் கூறி திருத்திய வாடகை/குத்தகை விகிதங்களை நிர்ணயிக்க வழிமுறைகளை இந்து சமய அறநிலைய ஆட்சித்துறையின் சிறப்பு ஆணையர் மற்றும் ஆணையர் பரிந்துரைத்தார்.

2) இந்து சமய அறநிலைய ஆட்சித்துறை சிறப்பு ஆணையர் மற்றும் ஆணையரின் பரிந்துரையை அரசு கவனமுடன் பரிசீலித்து ஏற்றுக்கொண்டு முதலில் படிக்கப்பட்ட அரசாணையில் வெளியிடப்பட்ட ஆணையை ரத்துசெய்து திருக்கோயில் நிலங்கள் கடைகள் மற்றும் வீடுகளுக்கு வாடகை/குத்தகை நிர்ணயம் செய்ய கீழே விவரிக்கப்பட்டுள்ள திருத்திய வழிமுறைகளைப் பின்பற்ற வேண்டும் என ஆணையிடுகின்றது.

1) திருக்கோயிலுக்குச் சொந்தமான [illegible]

/ 2 /

) திருக்கோயிலுக்கு சொந்தமான காலிமனைகளை வணிக நோக்கத்திற்கு குத்தகைக்கு விடப்பட்ட இனங்களில் இடத்தின் சந்தை மதிப்பில் 0.30% வாடகையாக நிர்ணயிக்க வேண்டும்.

) திருக்கோயிலுக்குச் சொந்தமான வீடுகளுக்கு வீட்டின் மதிப்பில் 0.20% வாடகையாக அல்லது அப்பகுதியில் நிலவும் தற்கால வாடகைவீதத்தில் எது அதிகமோ அதனை நிர்ணயிக்க வேண்டும்.

) திருக்கோயிலுக்குச் சொந்தமான காலிமனைகளை வீடுகட்ட குத்தகைக்கு விடப்பட்ட இனங்களில் இடத்தின் சந்தை மதிப்பில் 0.20% வாடகையாக நிர்ணயிக்க வேண்டும்.

) சில இடங்களில் திருக்கோயிலுக்குச் சொந்தமான வீடுகளின் பின்புறங்களில் காலியிடங்கள் உள்ளன. அவற்றைக் குடியிருப்பவர்கள் பயன்படுத்தாமலும் கோயில் நிர்வாகம் கண்காணிக்க இயலாமலும் உள்ளது. இத்தகைய இனங்களுக்கு குடியிருப்பவர்களிடம் மேற்படி இடம் காலியாகவே வைக்கப்படவேண்டும் என்ற நிபந்தனையுடன் இடத்திற்கு ஏற்றாற்போல் வாடகை நிர்ணயக்குழு ஆணையரால் குறிப்பிடப்படும் தொகையை (0.10% குறைவில்லாமல்) வாடகையாக நிர்ணயிக்க வேண்டும்.

) பொதுசேவையாக நடத்தப்படும் கல்வி நிறுவனங்கள்/நலிவுற்றோர் நலன் கருதி நடத்தப்படும் தொண்டு நிறுவனங்கள் ஆகியவற்றிற்குக் கொடுக்கப்படும் காலி நிலங்களுக்கு இடத்தின் சந்தை மதிப்பில் 0.10% குத்தகை வசூலிக்கப்படவேண்டும்.

) திருக்கோயில் உட்பிரகாரத்தில் அல்லது மண்டபத்தில் அமைந்துள்ள கடைகளுக்கு திருக்கோயில் வெளியில் அதேபோன்ற இடத்தின் சந்தை மதிப்பில் 0.30% வாடகை நிர்ணயிக்க வேண்டும்.

) அ) மேற்கண்டவாறு வாடகை நிர்ணயிப்பதில் சிக்கல்கள் ஏதுமிருப்பின் வாடகை நிர்ணயக்குழு தகுந்த காரணங்களுடன் ஆணையருக்கு பரிந்துரை செய்ய வேண்டும்.

ஆ) பொதுவாக திருக்கோயிலுக்கு சொந்தமான வீடுகள்/காலிமனைகள் கடைகள் குத்தகை/வாடகை "வாடகை நிர்ணயக்குழு" மூலம் நிர்ணயம் செய்யப்பட்டு அறங்காவலர் குழு பரிசீலனையுடன் அந்தந்த இணை ஆணையர்களால் அங்கீகரிக்கப்பட வேண்டும்.

) கட்டிடங்கள்/மனைகள் பொறுத்தமட்டும் மூன்றாண்டுகளுக்கு ஒருமுறை "வாடகை நிர்ணயக்குழு" மூலம் வாடகையை திருத்தி அமைக்க உத்திரவிடலாம். இந்த வாடகை உயர்வு மூன்றாண்டுகளுக்கு ஒருமுறை 33.3% என நிர்ணயிக்கலாம்.

) வறுமைக்கோட்டிற்கு கீழே உள்ளவர்களுக்கு மேற்குறித்த இனங்களிலே நிர்ணயிக்கப்படும் வாடகையில் பாதியை வாடகையாக நிர்ணயிக்கலாம்.

3) ஏற்கனவே முதலில் படிக்கப்பட்ட அரசாணையின்படி வாடகை நிர்ணயம் செய்து அதை செலுத்தி வருபவர்களிடம் இந்த ஆணையின்படியே இனி வாடகை வசூலிக்கப்படவேண்டும்.

(ஆளுநரின் ஆணைப்படி) நா. ஆதிமூலம்
அரசு செயலாளர்.

/உண்மைநகல்/

[signature] 29/6/99

மேலாளர்.

தமிழ்நாடு அரசு

தமிழ் வளர்ச்சி-பண்பாடு மற்றும் அறநிலையத்துறை

அரசு கடிதம் (நிலை) எண். 471 நாள்: 30.7.1999

அனுப்புனர்

திரு. ச. ராமகிருட்டிணன் இ.ஆ.ப.
அரசு செயலாளர்

பெறுநர்
சிறப்பு ஆணையர் மற்றும் ஆணையர்
இந்து சமய அறநிலையத் ஆட்சித்துறை
சென்னை.34

ஐயா,

பொருள்: இந்து சமய அறநிலைய ஆட்சித்துறை, திருக்கோவில்களுக்கு சொந்தமான கடைகள் மனைகள் வீடுகள் வாடகை உரிமத்தினை பெயர் மாற்றம் செய்தல் குறித்து வகுக்கப்பட்ட வழிமுறைகள் சார்நிலை அலுவலர்களுக்கு அறிவுரை வழங்குதல் குறித்து

பார்வை: 1. அரசாணை (நிலை) எண். 353, தமிழ் வளர்ச்சி பண்பாடு மற்றும் அறநிலையத்துறை நாள் 4.6.99

2. இந்து சமய அறநிலைய ஆட்சித்துறை சிறப்பு ஆணையர் மற்றும் ஆணையர் கடித ந.க.எண்.34088/99/வி2 நாள் 8.6.99

---------

பார்வை ஒன்றில் கண்ட அரசாணையில் திருக்கோவில் நிலங்கள் கடைகள் மற்றும் வீடுகள் வாடகை நிர்ணயம் செய்ய பின்பற்ற வேண்டிய வழிமுறைகள் குறித்து ஆணை வெளியிடப்பட்டது. பார்வை 2ல் உள்ள கடிதத்தில் திருக்கோவில்களுக்கு சொந்தமான கடைகள்/மனைகள்/வீடுகள் ஆகியவற்றின் வாடகை உரிமத்தினை பெயர் மாற்றம் செய்ய ஆணையர் அனுப்பியுள்ள செயற்குறிப்பினை அரசு கவனமாக பரிசீலித்தது. மேற்படி கடிதத்தில் ஆணையர் தெரிவித்துள்ள சூழ்நிலையின் அடிப்படையில் ஆணையரின் பரிந்துரையை ஏற்று தேவைப்படும் இனங்களுக்கு பெயர் மாற்றம் குறித்து உரிய நடவடிக்கை எடுக்க அனைத்து சார்நிலை அலுவலர்களுக்கும் கீழ்கண்ட வழிமுறைகளை பின்பற்ற தக்க அறிவுரை வழங்க ஆணையரை அரசு கேட்டுக்கொள்கிறது:

..2

அ) பினாமி குத்தகை/வாடகைதாரர்களை நெறிமுறைப்படுத்தவும் கூட்டு வியாபாரம்/பங்கு வியாபாரம் செய்து நிலங்களை அனுபவிப்பவர்களை கண்டு அறிந்து கூட்டு நபர்களை சேர்ப்பதானாலும் விலக்குவதாக இருந்தாலும் அதுகுறித்து பதிவுகளையும் உரிய அனுமதி பெற்று பின்னே செய்வதற்கு ஏற்ப நடைமுறைகள் ஏற்படுத்தவும். இக்கருத்துக்களின் அடிப்படையில் திருக்கோவில் நலனை முன்னிட்டு ஒவ்வொரு திருக்கோவிலுக்கும் அந்த அந்த சரகத்தில் ஏற்படுத்தப்பட்ட வாடகை நிர்ணயம் குழு அந்த அந்த தொடர்புடைய அறங்காவலர் குழுத்தலைவர்/பரம்பரை அறங்காவலர் ஆகியவர்களுடன் கூட்டாக இணைந்து முன்னோடியே தேதி நிர்ணயம் செய்து கூட்டம் செய்து ஒவ்வொரு இனங்களையும் தீவிரமாக பரிசீலித்து பெயர் மாற்றம் குறித்து நடவடிக்கை எடுக்கவேண்டும் இக்குழு பயன்படுத்தப்படுகிறது தொடர்பாக விரிவான விளம்பரம் செய்யபடவேண்டும் விளம்பரத் தகவல் சம்பந்தப்பட்ட சரக இணை ஆணையர், உதவி ஆணையர் அலுவலகங்கள் நகராட்சி ஊராட்சி கிராம சாவடி போன்ற இடங்களில் மற்றும் அந்த அந்த ஆலயங்களில் அறிவிப்பு பலகைகளிலும் அப்பகுதி பொதுமக்கள் நன்கு தெரிந்து கொள்ளும்படி விளம்பரம் செய்யப்பட வேண்டும் அவ்வாறு செய்யப்படும் விளம்பரம் குறித்த அத்தாட்சியும் சம்மந்தப்பட்ட அறிக்கையுடன் இணைத்து அனுப்ப வேண்டும் பெயர் மாற்றம் செய்யப்பட வேண்டிய இனங்களில் திருக்கோவிலில் நிலம்/மனை/கடை ஆகியவற்றை திருக்கோவில் பேணப்பட்டு வரும் கேட்பு, வரவு நிலுவை பதிவேட்டில் அடிப்படையில் பரிசீலனை செய்து நியாய வாடகை நிர்ணயம் மற்றும் பெயர் மாற்றம் நிர்ணயம் செய்யப்பட வேண்டும்.

ஆ) ஒவ்வொரு இணை ஆணையர் சரகத்திலும் உள்ள நியாய வாடகை நிர்ணயக்குழு பெயர் மாற்றம் செய்யவேண்டிய இனங்கள் குறித்தான விவரங்களை பட்டியலிட்டு முன்கூட்டியே 3 மாத காலத்திற்குள் இப்பணியினை முழுவதுமாக நிறைவு செய்திட

.3.

வேண்டுமென்றும் பெயர் மாற்றம் தொடர்பாக தற்போதுள்ள வாடகைதாரர்கள் ஆணையரின் கூடத்தில் குறிப்பிட்டுள்ள காரணங்களின் அடிப்படையில் கீழ்காணும் வகையில் நன்கொடைகள் வழங்க வேண்டுமென்று நிர்ணயிக்கலாம் என ஆணையர் நியாய வாடகை குழுக்களுக்கு அறிவுரை வழங்கலாம்.

1) வியாபார தலங்களுக்கு நியாய வாடகை குழுவில் நிர்ணயம் செய்யப்பட்டுள்ள வாடகையில் எட்டுமடங்கு தொகையை நன்கொடையாக வழங்க வேண்டும் என்று நிர்ணயம் செய்யலாம் பொதுவாக குறைந்தபட்சம் ரூபாய் ஐயாயிரம் என நிர்ணயிக்கலாம்.

2. மணப்பகுதிகளில் வியாபார தலங்களுக்கு ஏழு மடங்கு நியாய வாடகை தொகையை நன்கொடையாக வசூலிக்கலாம்.

3) குடியிருப்பு வீடுகளுக்கு நியாய வாடகை நிர்ணயக்குழுவினால் நிர்ணயம் செய்யப்பட்டுள்ள வாடகையில் 6 மடங்கு வாடகைத் தொகையை நன்கொடையாக வழங்க வேண்டும் என்று நிர்ணயிக்கலாம்.

4) மணப்பகுதி குடியிருப்புகளுக்கு நான்கு மடங்கு நியாய வாடகைத் தொகையை நன்கொடையாக வழங்க வேண்டும் என்று நிர்ணயிக்கலாம்.

ஈ)

நன்கொடை நிர்ணயம் தவிர பெயர் மாற்றம் குத்தகை நீட்டிப்பு குறித்து பொதுவாக 3 வருடங்களுக்கு தான் இதுபோன்ற பெயர் மாற்றங்கள் செய்யப்படும் மேற்படி இனங்கள் கண்டிப்பாக சம்பந்தப்பட்ட நபர்களின் சுவாதீனத்தில் இருக்கவேண்டும் என்றும் பின்னர் பொது ஏலம் மூலம் குத்தகை உரிமங்கள் நிர்ணயம் செய்யப்பட வேண்டும்.

..4

..4..

உ) பெயர் மாற்றம் குறித்து விண்ணப்பிக்கும் முறை:

1) பொதுவாக பெயர் மாற்றம் செய்யப்பட வேண்டிய இனங்களை உரிய படிவத்தில் தயார் செய்து நியாய வாடகை குழுவான பரிசீலனைக்கு ஒவ்வொரு திருக்கோவில் செயல் அலுவலரும் விவரங்களை அனுப்ப வேண்டும் அவ்வாறு பெறப்படும் விவரங்களை வாடகை நிர்ணயக்குழு பரிசீலனை செய்து பெயர் மாற்றம் செய்ய வேண்டிய அவசியம் நன்கொடை நிர்ணயம் செய்ய வேண்டிய விகிதம் ஆகியவற்றை பரிசீலித்து முன்கூட்டியே தேதி நிர்ணயம் செய்து பொதுமக்களுக்கு விளம்பர அறிவிப்புகள் செய்து குறிப்பிட்ட முடிவில் பொது இடத்தில் கூட்டமர்வு நடத்த வேண்டும் கூட்டமர்வு நடத்தும்போது செய்யப்படும் ஆட்சேபணைகளையும் பரிசீலனை செய்து முடிவான தமது பரிந்துரையினை சம்பந்தப்பட்ட திருக்கோவில்களுக்கு அனுப்பி வைக்க வேண்டும் சம்பந்தப்பட்ட திருக்கோவில்கள் மேற்படி பரிந்துரைகளை திருக்கோவில்களின் அறங்காவலர் குழுக்களின் வைத்து தீர்மானம் செய்து முன்மொழிவுகளை தொடர்புடைய அரசாணை சரக இணை ஆணையர்களுக்கு அனுப்பி வைக்க வேண்டும் பொதுவாக அனைத்து பெயர் மாற்ற நடவடிக்கைகளிலும் மேற்கூறிய வழிமுறைகளை பின்பற்றி செயல்பட்டு உரிய உத்தரவுகளை அந்தஅந்த இணை ஆணையர்களிடமே பின்பற்றி செயல்பட்டு தேவைப்படின் ஆணையரின் அனுமதிக்கு எழுதி தெளிவுரை பெற்று கொள்ளலாம் பிற மதத்தை சேர்ந்தவர்களுக்கு குத்தகை பெயர் மாற்றம் செய்ய பரிசீலனை செய்யும்போது அவர்களுக்கு குத்தகை விடப்படும் நேர்வுகளினால் திருக்கோவில்களில் இந்து சமய நடைமுறைகளுக்கு இடையூறு ஏதும் நேருமா என்பதையும் அதனால் பொதுமக்களுக்கோ அல்லது குறிப்பிட்ட பிரிவினருக்கோ ஆட்சேபணை ஏதும் வரக்கூடுமா என்பதையும் ஆராய்ந்து முடிவு செய்ய வேண்டும்.

..5..

2) வாடகை நீட்டிப்பிற்கு வாடகைதாரர் விரும்பினால் மேலும் 5 வருடங்களுக்கு குத்தகையை மேற்காணும் நிபந்தனைகளுக்கு உட்பட்டு கொடுக்கலாம் முதல் 5 வருடங்கள் கழித்து நடப்பு வாடகையில் 33.3% உயர்வு அல்லது அன்றைய நாளில் நிலவும் சந்தை வாடகை மதிப்பு இவை இரண்டில் எது அதிகமோ அதனை ஏற்றுக்கொள்ள வேண்டும் என நிபந்தனை விதிக்கலாம்.

தங்கள் உண்மையுள்ள

ஒம்/-

அரசு செயலாளருக்காக

நகல்:

அமைச்சர் (தமிழ் ஆட்சிமொழி தமிழ்பண்பாடு இந்து சமய மற்றும் அறநிலையத்துறை அலுவலகம், சென்னை.9

அரசாணை (நிலை) எண்.353 தமிழ் வளர்ச்சி பண்பாடு மற்றும் அறநிலையத்துறை நாள் 4.6.1999

இ.கோ.

தமிழ்நாடு அரசு
சுருக்கம்

இந்து சமய அறநிலைய ஆட்சித் துறை-திருக்கோயில்களுக்குச் சொந்தமான மனைகள், கட்டிடங்கள் வாடகைக்கு விடப்படுதல் குத்தகைதாரர்களால் வேறு நபர்களுக்கு மாற்றம் செய்தல் – சட்ட விதிமுறைளின்படி வரன்முறைப்படுத்துதல் – கூடுதல் வழி முறைகள்-ஆணையி வெளிப்படுகிறது.

---

தமிழ் வளர்ச்சி பண்பாடு மற்றும் அறநிலையத் துறை

அரசாணை (நிலை) எண்.131 நாள் : 18.05.2004

படிக்கப்பட்டது

1. அரசாணை (நிலை) எண்.353 த.வபு(ம) அ.நி.துறை நாள் : 04.06.1999
2. அரசுக் கடிதம் (நிலை) எண்.471 த.வபு(ம)அ.நி.துறை நாள் 30.07.99
3. அரசுக் கடிதம் எண்.8129/அநி.42/2000–3 நாள் : 28.06.2000
4. இந்து சமய அறநிலைய ஆட்சித்துறை ஆணைய கடிதம் ந.க.எண்.04527/2000/எம்.2, நாள் 31.03.2003.

ஆணை,

மேலே ஒன்றாவதாகப் படிக்கப்பட்ட அரசாணையில் திருக்கோயில் நிலங்கள் கடைகள் மற்றும் வீடுகள் வாடகை நிர்ணயம் செய்யப் பின்பற்ற வேண்டிய வழிமுறைகள் குறித்து ஆணை வெளியிடப்பட்டது. இதனைத் தொடர்ந்து மேலே இரண்டாவதாகப் படிக்கப்பட்ட அரசு ஆணையில் திருக்கோயில்களுக்குச் சொந்தமான கடைகள் / மனைகள் / வீடுகள் ஆகியவற்றின் வாடகை உரிமத்தினை தேவைப்படும் இனங்களுக்கு பெயர் மாற்றம் குறித்து உரிய நடவடிக்கை எடுக்க அனைத்து சார்நிலை அலுவலர்களும் பின்பற்றத்தக்க வழிமுறைகள் நிர்ணயிக்கப்பட்டன.

2. மேலே பத்தி ஒன்றில் உள்ளவாறு குத்தகை உரிமை மாற்ற இனங்களை நெறிமுறைப்படுத்துவதற்காக வாடகை நிர்ணயக்குழு பின்பற்ற வேண்டிய வழி முறைகள் வகுத்தளித்திருப்பதால் பொதுவாக குத்தகை / வாடகை உரிமை மாற்றங்களுக்கும் அவ்வழி முறைகளையே பின்பற்றலாம் எனவும், பிரச்சனை எழும் இனங்கள் மற்றும் தேவைப்படும் இனங்களில் ஆணையரின் அனுமதிக்கு எழுதி தெளிவுரை பெற்றுக் கொள்ளலாம் எனவும் தற்போது சட்ட நிலைகளில் அடிப்படையிலும் திருக்கோயில்களின்

:: 2 ::

மதிப்பு மிக்க அசையாச் சொத்துக்களின் நிர்வாகமேம்பாடு கருதியும், திருக்கோயில்களுக்குச் சொந்தமான மனைகள் / கட்டிடங்களைப் பொறுத்தவரையில் கட்டடிங்கள் கோயில்களுக்குச் சொந்தமானதாக இருப்பினும் வாடகை தாரரால் கட்டப்பட்டதாக இருப்பினும், அவற்றை முறைப்படுத்துவதற்கு சில நடைமுறைகளைப் பின்பற்றலாம் என்று மேலே நான்காவதாக படிக்கப்பட்ட கட்டிடத்தில் இந்து சமய அறநிலைய ஆட்சித் துறை ஆணையர் அரசுக்குத் தெரிவித்து, அந்த நடைமுறைகளுக்கு ஒப்புதல் அளிக்க அரசை கேட்டுக்கொண்டுள்ளார்.

3. கவனமான பரிசீலனைக்குப்பின் ஆணையரின் பரிந்துரைகளை ஏற்று திருக்கோயில்களின் அசையாச் சொத்துக்களின் நிர்வாக நலன் கருதி, குத்தகை / வாடகை உரிமை மாற்றம் தொடர்பான நேர்வகளில் பொதுவாக பின்பற்ற வேண்டிய நடைமுறைகள் குறித்து, மேலே படிக்கப்பட்ட ஆணைகளில் வெளியிடப்பட்டுள்ள அரசு உத்தரவுகளைத் தொடர்ந்து பின்வரும் கூடுதல் வழிமுறைகளையும் பின்பற்றலாம் என அரசு முடிவு செய்து அவ்வாறே ஆணை வெளியிடுகிறது.

(1) திருக்கோயில் மனை/கட்டிடங்களின் குத்தகை / வாடகை உரிமைதாரர்கள் தங்களது குத்தகை / வாடகை உரிமைகளை தன்னிச்சையாக மாற்றுவது கூடாது; இந்து சமய அறநிலைய சட்டம் 22/1959-ல் பிரிவு (116(2) (XIII)- ன்கீழ் பிறப்பிக்கப்பட்ட குத்தகை விதிகளில் விதி 5 (iv)(o)ன்படி குத்தகை / வாடகைதாரர்கள் தங்களது குத்தகை வாடகை உரிமையினை பிறருக்கு மாற்றவோ, உட்குத்தகைக்கு விடவோ கூடாது எனவும், அவ்வாறு செய்தால் மூலக்குத்தகை / வாடகைதாரர்கள் உரிமையை ரத்து செய்து மறு ஏலம் விடப்படும் எனவும் ஏல நோட்டீசில் குறிப்பிடப்பட வேண்டும்.

(2) அதன்படி நிபந்தனை மீறப்பட்டு உரிமை மாற்றம் செய்துள்ளதாகவோ உட்குத்தகைக்கு விடப்பட்டுள்ளதாகவோ அறியவரின், மேற்படி விதி மீறலுக்காக மூலக்குத்தகைதாரரின் குத்தகை / வாடகை உரிமையை

:: 3 ::

மேற்படி விதிகளின்படி ரத்து செய்து, சொத்து பொது ஏலத்திற்கு கொண்டுவரப்பட வேண்டும்.

[3] மூலக்குத்தகைதாரரின் குத்தகை / வாடகை உரிமை ரத்து செய்யப்பட்ட நிலையில் அவரால் நுழைக்கப்பட்ட புதிய நபரை திருக்கோயிலைப் பொறுத்தவரை சட்டப்படி அனுமதியற்ற முறையில் பிரவேசித்துள்ளவராக [Trespasser] கருதி, இருவரையும் சட்டப்படி வெளியேற்ற நடவடிக்கை எடுக்கப்படவேண்டும். மூலக்குத்கைதாரரின் குத்தகை / வாடகை உரிமைக்காலம் ஏற்கனவே காலாவதியாயிருப்பின், அவருக்கு இவ்விதம் குத்தகை / வாடகை உரிமை மாற்ற [அல்லது] உட்பிரிவு செய்து கொடுப்பதற்கான [Assignable right] அடிப்படையே இல்லாத நிலையில் இருவருமே சட்டப்படி வெளியேற்றதக்கவர்களவார்.

[4] பொதுவாக இவர்களை வெளியேற்ற வழக்குதான் போடவேண்டும் என்ற நிலை ஏற்படின் அவர்களை வெளியேற்றுவதுடன் வழக்கிடை காலத்தில் அவர்கள் கோயில் கட்டிடங்கள் சொந்த உபயோகம் செய்ததற்கான [Compensation for use and damage] ஈட்டுத்தொகையையும் பரிகாரமாக கேட்டு வழக்கு தாக்கல் செய்யப்பட வேண்டும். தவறின் சம்பந்தப்பட்ட திருக்கோயில் நிர்வாகிகள் இழப்பிற்கு பொறுப்பாக்கப்படுவர். சம்பந்தப்பட்ட குத்தகைதாரர்கள் மற்றும் அவரால் நுழைக்கப்பட்டவர்கள் [Persons Inducted] வழக்கு நடைமுறையிலேயே காலம் கடத்தலாம் என செயல்பட்டு வருவதாக அறியப்பட்டாலும், வழக்கு முடிவான பின்பு அவர்களிடமிருந்து மொத்த ஈட்டுத் தொகையையும், வசூலிக்கும் அளவிற்கு அவர்கள் பெறுமதி வாய்ந்தவர்களாக இருக்கமாட்டார்கள் என கருதும் பட்சத்தில் காலக்கிரமமாக [Periodically] நீதிமன்றத்தில் சொத்து உபயோக ஈட்டுத் தொகையை டெபாசிட் செய்யவோ அல்லது உரிய பொறுப்பு [Security]க்களை, அவர்கள் நீதிமன்றத்தில் தாக்கல் செய்யவோ உத்திரவு கோரி, இடைக்கால மனு தாக்கல் செய்து நீதிமன்ற உத்திரவைப் பெறவேண்டும். [இதுவே சட்டத்தின் அனுமதிக்கப்பட்ட வழிமுறை ஆகும்].

:: 4 ::

5. புதியதாக திருக்கோயில் சொத்து அனுபவத்தில் குத்தகை / வாடகைதாரரால் அனுமதிக்கப்பட்ட நபர், ஆணையரின் 03.11.1991 நாளிட்ட சுற்றறிக்கையில் தெரிவிக்கப்பட்டபடி இரத்த சம்பந்தமான உறவினராக இருப்பின், மூலக்குத்தகைதாரரின் குத்தகை / வாடகை காலம் நடப்பில் இருப்பின், அது முடிவடையும் வரையில் குத்தகை / வாடகைதாரராக திருக்கோயில் ஆவணங்களில் பெயர் மாற்றம் தகுதிவாய்ந்த அலுவலரின் உத்திரவு பெற்று செய்துக்கொள்ளலாம்.

6. மூலக்குத்தகைதாரரால் நடப்பிலிருக்கும் அவரது குத்தகை / வாடகை உரிமையின் அடிப்படையில் திருக்கோயில் சொத்து அனுபவத்தில் நுழைக்கப்பட்டவர் [Inducted Person] மேற்கண்டவாறு இரத்த சம்பந்தமான உறவினரல்லாதவராக இருந்தாலும், மூலக்குத்தகைதாரரின், குத்தகை / வாடகை காலமே முடிவற்றிருந்தாலும், மேற்படி புதிய நபரே திருக்கோயிலுக்கு அனுகூலம் எனக்கருதக்கூடிய காரணங்கள் [Bonafide Reasons] இருந்து, சார்நிலை அலுவலர்கள் அன்னாரை சம்பந்தப்பட்ட சொத்தின் நேரடி குத்தகை / வாடகைதாரராக வரன்முறை செய்யப்பட்ட பரிந்துரை செய்யும் நேர்வுகளில் அவரை புதிய குத்தகைதாரர் [Fresh Lessee] என்று முறையிலேயே பரிந்துரைக்கப்பட வேண்டும் இவருக்கு புதிதாக வாடகைக்காலம் நிர்ணயித்து உரிய நிபந்தனை விபரங்களுடன் அனுப்ப வேண்டும்.

7. பெரும்பாலன இனங்களில் தம் செலவில் மேற்கூரை கட்டிய அடிமனை வாடகைதாரர் என்ற அடிப்படையில், மேற்கூரைகளை விற்பதும் வாங்குவதும் நடைபெறுகிறது. தற்போது திருக்கோயில் மனைப்பணிகளைப் பொருத்தவரை நகர குடியிருப்போர் பாதுகாப்பு சட்டம் [City Tenants Protection Act] சட்டத்தில் விலக்கு வழங்கப்பட்டுள்ள நிலையில் திருக்கோயில் மனைகளில் மேற்கோப்பை [Superstructure] கட்டியவர் என்ற முறையில் மூலக்குத்தகைதாரரோ அவரால் நுழைக்கப்பட்டவரோ எவ்வித அனுகூலமும் கோரமுடியாது. அடிமனை கோயிலுடையது என்பதை

:: 5 ::

காட்டாமலோ அல்லது அடிமனை நீங்கலாகவே மேற்கோப்பை அவர் விற்பதென்பது சட்டப்படி செல்லுபடியாகது சொத்து மாற்றுச் சட்டப்படி [Transfer of Property Act] குத்தகை / வாடகைதாராக இருக்கும் வரை மேற்கோப்பை அனுபவிக்கலாம் அல்லது சொத்து சுவாதீனத்திலிருந்து வெளிச்செல்லும் முன்பாக [During his possession] மேற்கோப்பை அகற்றிக்கொள்ளலாம் அவ்வாறு செய்யத் தவறின், அது அடிமனை வாடகைதாரரை [Land Owner / The Temple] சேர்ந்து விடும். கோயில் மனைகளில் கட்டிடம் கட்டிய மனை வாடகைதாரரால் நுழைக்கப்பட்ட நபருக்கு கட்டிடத்தின் மீது தனியாக எவ்வித உரிமையும் இல்லாததால், அதன் அடிப்படையில் அப்புதிய நபரை மனை வாடகைதாரராக ஏற்பளிக்க கோருவது சட்ட ஏற்புடையதன்று மூலக் குத்தகை / வாடகைதாரரேதான் திருக்கோயில் சொத்தின் குத்தகை / வாடகை உரிமையிலிருந்து நீக்கிக் கொண்டு தன்னால் நுழைக்கப்பட்ட புதிய நபரை கோயில் நேரடி குத்தகை / வாடகைதாரராகக் ஏற்றுக் கொள்ள ஒப்புதல் கொடுப்பின் தன்னால் அச்சொத்தில் கட்டப்பட்ட கட்டிடத்தை [மேற்படி சட்டப்படி அதனை தானே அகற்றிக் கொள்ள தனக்கு உள்ள உரிமையினை செயல்படுத்திக் கொள்ளலாம்] கோயிலின் அடைந்து கொள்ள விட்டுவிட்டதாக எழுதி வாங்கிக் கொண்டு புதிய நபரை திருக்கோயிலின் நேரடியாக புதிய வாடகைதாரராக [Fresh Lessee] வரன்முறை செய்யலாம்.

8. மேலும் பழைய குத்தகைதாரரால் நுழைக்கப்பட்டோ [அல்லது] வேறு எந்த முறையிலோ சொத்தின் சுவாதீனத்திற்கு வந்து சொத்து அனுபவத்தில் உள்ள புதிய நபரே நேரடியாக தன்னை திருக்கோயிலின் நேரடி குத்தகை / வாடகைதாரராக ஏற்றுக்கொள்ள கோரும் பட்சத்தில் அது வணிக உபயோகத்திற்காக இருப்பின் மேற்படி புதிய நபர் மேற்படி சொத்தின் மதிப்பில் 50 சதவிகிதத்திற்கு குறையாமலும் குடியிருப்பு உபயோகமாக இருப்பின் 25 சதவிகிதத்திற்கு குறையாமலும் திருக்கோயிலுக்கு நன்கொடை அளிப்பதாகவும் ஒப்புக் கொண்டால், அதற்கான சம்மதம் பெற்று அரசாணைப்படி நியாய வாடகை செலுத்துவது உள்பட உரிய

:: 6 ::

நிபந்தனைகளை வரைவு செய்து அன்னாரை புதிய குத்தகை / வாடகைதாரராக [Fresh Lessee] ஏற்றிட சார்நிலை அலுவலர்களால் பரிந்துறை செய்யப்படலாம்.

9. பொதுவாக இவ்வித அனுமதியற்ற குத்தகை / வாடகை உரிமை மாற்றங்களை திருக்கோயில் குத்தகைதாரர்களே நேரடியாக செய்வதை முற்றிலுமாக தடுக்கும் வகையில் திருக்கோயில்களுக்குச் சொந்தமான அனைத்து அசையாச் சொத்துக்கள், அவற்றின் மீது ஏற்படும் உரிமங்கள் [Rights] குத்தகை / வாடகை குறித்து ஒவ்வொரு இனத்திற்கும் உரிய நிபந்தனைகளுடன் கூடிய ஒப்பந்தப்பத்திரம் பெற்று வைக்கப்பட வேண்டும் மேற்படி குத்தகை ஒப்பந்தங்களில் பத்தி 3[1]-ல் விவரித்தப்படி இந்து சமய அறநிலையச் சட்டம் 22/1959 பிரிவு 116[2] 13[5] –ன்படி இல்லாமல் வாஸ்தவ நிலையில் பினாமி மாற்றங்கள் ஏதும் செய்யப்படாமல் உள்ளதா என்பதை திருக்கோயில் நிர்வாகிகள், துறையின் ஆய்வு அதிகாரிகள் மற்றும் தணிக்கை அதிகாரிகளால் நேரடி புலத்தணிக்கை மூலம் காலமுறையாக சரிபார்க்கப்பட வேண்டும். குத்தகை / வாடகைதாரர்களுக்கு முன் பத்திகளில் கண்டுள்ளபடி குத்தகை / வாடகை ஒப்பந்தப் பத்திரங்களில் விதிக்கப்பட் குத்தகை / வாடகை உரிமை மாற்றம் மற்றும் விற்பனைகள் செய்யக்கூடாது என்ற நிபந்தனைகளை அவர்கள் மீறியிருப்பின் [Breach of Contract] அவர்கள் ஒப்பந்தம் தானே முறிந்துவிடும் என்பதையும், அதன் பின்னர் அவர்கள் அச்சொத்தில் தொடர்ந்திருப்பது இந்து சமய அறநிலைய [திருத்தப்பட்ட] சட்டப்பிரிவு 78, 79-ன் கீழ் நடவடிக்கைக்குரியது என்பதையும் குத்தகை / வாடகை ஒப்பந்தத்திலேயே வெளிப்படையாக குறிப்பிட்டு, ஒப்பந்தப்பத்திரத்தில் அதற்கு அவர்கள் சம்மதம் பெற்று வைக்கப்பட வேண்டும். மேற்படி நிபந்தனை மீறல் ஏற்படுத்து, உடனடியாக சட்டப்பிரிவு 78, 79-ன் கீழ் நடவடிக்கை தொடரப்பட வேண்டும். இதன் பொருட்டு குத்தகை / வாடகைக்கு விடப்படும் ஒவவொரு இனத்திற்கும், குத்தகை / வாடகை ஒப்பந்தப் பத்திரத்தினை திருக்கோயில் நிர்வாகிகள் பேணி அவற்றை பின் பொறுப்பேற்கும் நிர்வாகிகளிடம் தனியே

:: 7 ::

பட்டியலிட்டு தொகுப்பு ஒப்படைப்பு [Handling over Charge] செய்யப்பட வேண்டும்.

மேற்கண்ட கூடுதல் வழிமுறைகளை அனைத்து சார்நிலை அலுவலர்களும் பின்பற்றதக்கவாறு உரிய அறிவுரைகளை வழங்குமாறு இந்து சமய அறநிலைய ஆட்சித் துறை ஆணையர் கேட்டுக்கொள்ளப்படுகிறார்.

[ஆளுநரின் ஆணைப்படி]

பு.ஏ. இராமையா
அரசுச் செயலாளர்

பெறுநர்

ஆணையர், இந்து சமய அறநிலைய ஆட்சித் துறை, சென்னை – 34
மாண்புமிகு அமைச்சர் [இந்து சமயம்] [ம] அறநிலைய]த்துறை அவர்களின்
முதுநிலை நேர்முக உதவியாளர், சென்னை – 9.
இகோ/உதரி

/ஆணைப்படி/அனுப்பப்படுகிறது/

பிரிவு அலுவலர்

தமிழ்நாடு அரசு,

சுருக்கம்.

இந்து சமய அறநிலைய ஆட்சித்துறை - திருக்கோயில்களுக்குச் சொந்தமான மனைகள், கடைகள், கட்டடங்கள் வாடகைக்கு விடப்படுதல் - பெயர் மாற்றம் செய்யப்படும் இனங்கள் - சட்டமுறைப்படி வரன்முறைப்படுத்துதல் - கூடுதல் வழிமுறைகள் நிர்ணயம் செய்யப்பட்டது - திருத்திய நன்கொடை விகிதம் நிர்ணயித்து - ஆணை - வெளியிடப்படுகிறது.

- - - - - - - - - - - - - - - - - - - - - - - - - - - - -

தமிழ் வளர்ச்சி - பண்பாடு மற்றும் அறநிலையத்துறை

அரசாணை (நிலை) எண்.277,

நாள்: 2.12.2005

திருவள்ளுவராண்டு 2036
பார்த்திப வருடம் கார்த்திகை 17

படிக்கப்பட்டது:

1) அரசாணை (நிலை) எண்.353, தமிழ் வளர்ச்சி - பண்பாடு மற்றும் அறநிலையத்துறை, நாள் 4.6.99.

2) அரசுக் கடிதம் (நிலை) எண்.471, தமிழ் வளர்ச்சி - பண்பாடு மற்றும் அறநிலையத்துறை, நாள் 30.7.99.

3) அரசாணை (நிலை) எண்.131, தமிழ் வளர்ச்சி - பண்பாடு மற்றும் அறநிலையத்துறை, நாள் 18.5.2004.

4) தகவல் தொழில்நுட்பவியல் துறை செயலாளரின் நேர்முகக் கடிதம் எண். 2848/த.தொ.(அ)/2005, நாள் 21.9.2005.

5) ஆணையர், இந்துசமய அறநிலைய ஆட்சித்துறை கடிதம் ந.க.எண்.66217/05/எம்3, நாள் 17.10.2005.

----

ஆணை:-

இந்து சமய அறநிலைய ஆட்சித்துறை ஆணையர் மேலே படிக்கப்பட்ட அவரது கடிதத்தில் திருக்கோயில்களுக்குச் சொந்தமான மனைகள், கடைகள் மற்றும் வீடுகள், ஆகியவற்றின் வாடகைதாரர்களின் "பெயர்மாற்றம்" செய்வது தொடர்பாக நிர்ணயிக்கப்பட்ட வழிமுறைகளில் "நன்கொடை" செலுத்துவது குறித்து பின்வருமாறு வழிமுறைகள் அரசால் நிர்ணயிக்கப்பட்டுள்ளன என தெரிவித்துள்ளார்.

அரசு கடிதம் (நிலை) எண்.471 தமிழ் வளர்ச்சி பண்பாடு மற்றும் அறநிலைய

அரசாணை எண்.131 தமிழ் வளர்ச்சி பண்பாடு மற்றும் அறநிலைய ஆட்சித்துறை

/ 2 /

(இ) (1) வியாபார தலங்களுக்கு நியாய வாடகைக் குழுவில் நிர்ணயம் செய்யப்பட்டுள்ள வாடகையில் எட்டு மடங்கு தொகையை நன்கொடையாக வழங்க வேண்டுமென்று நிர்ணயம் செய்யலாம். பொதுவாக குறைந்த பட்சம் ரூ. 5000/- என நிர்ணயிக்கலாம்.

(2) மனைப்பகுதிகளில் வியாபார தலங்களுக்கு ஏழு மடங்கு நியாய வாடகை தொகையை நன்கொடையாக வசூலிக்கலாம்.

(3) குடியிருப்பு வீடுகளுக்கு நியாய வாடகை நிர்ணயக் குழுவால் நிர்ணயம் செய்யப்பட்டுள்ள வாடகையில் ஆறு மடங்கு வாடகைத் தொகையை நன்கொடையாக வழங்கவேண்டுமென்று நிர்ணயிக்கலாம்.

(4) மனைப்பகுதி குடியிருப்புகளுக்கு நான்கு மடங்கு நியாய வாடகைத் தொகையை நன்கொடையாக வழங்கவேண்டுமென்று நிர்ணயிக்கலாம்.

பத்தி - 3(8) மேலும் பழைய குத்தகைதாரரால் ஒப்படைக்கப்பட்டோ அல்லது வேறு எந்த முறையிலோ சொத்தின் அனுபவத்திற்கு வந்து சொத்து அனுபவத்தில் உள்ள புதிய நபரே நேரடியாக தன்னை திருக்கோயிலின் நேரடி குத்தகை/வாடகைதாரராக ஏற்றுக் கொள்ளக் கோரும்பட்சத்தில் அது வணிக உபயோகத்திற்காக இருப்பின், மேற்படி புதிய நபர் மேற்படி சொத்தின் மதிப்பில் 50 சதவீதத்திற் குறையாமலும், குடியிருப்பு உபயோகமாக இருப்பின் 25 சதவீதத்திற்குக் குறையாமலும் திருக்கோயிலுக்கு நன்கொடை அளிப்பதாகவும் ஒப்புக் கொண்டால் அதற்கான சம்மதம் பெற்று அரசாணைப்படி நியாய வாடகை செலுத்துவது உட்பட உரிய நிபந்தனைகளை வரைவு செய்து அன்னாரை புதிய குத்தகை வாடகைதாரராக (                ) ஏற்று சார்நிலை அலுவலர்களால் பரிந்துரை செய்யப்படலாம்.

2) ஆணையர் மேலும் தனது கடிதத்தில் மேற்படி நன்கொடை செலுத்துவது குறித்து அனைத்து சார்நிலை அலுவலர்கள் மற்றும் தலைமையிட அலுவலர்களுடன் விவாதிக்கப்பட்டது என்றும், 18.5.2004 நாளிட்ட அரசாணை (நிலை) எண். 131-ன்படி நிர்ணயிக்கப்பட்டுள்ள நன்கொடை விகிதம் ஏற்கனவே 30.7.99 நாளிட்ட அரசுக் கடித (நிலை) எண். 471-ல் தெரிவிக்கப்பட்ட நன்கொடை விகிதங்களுக்கு மிகவும் அதிகமாக உயர்வு செய்துள்ளதாலும், நன்கொடை மிக அதிக அளவில் நிர்ணயம் செய்யப்படுவதால் வாடகைதாரர்களிடமிருந்து மிக அதிக அளவில் மனுக்களும், இது குறித்து நீதிமன்றங்களில் வழக்குகளும் தாக்கல் செய்யப்படும் சூழ்நிலைகளும், இதனால் திருக்கோயில்களுக்கு வரவேண்டிய வருவாயினை வசூல் செய்ய இயலாமல் பாதிப்பு ஏற்படுவதுடன், இதனை நடைமுறைப்படுத்துவதில் பிரச்சினைகள் எழுகின்றன என்றும், எனவே, அரசாணை (நிலை) எண். 131, தமிழ் வளர்ச்சி பண்பாடு மற்றும் அறநிலையத்துறை நாள் 18.5.2004-ல் உள்ள நன்கொடைத் தொகை, வியாபாரம் மற்றும் குடியிருப்புக்கு முறையே சொத்தின் மதிப்பில் 50% மற்றும் 25% என்பதை இரத்து செய்யலாலாம் எனவும், அதற்குப்

/ 3 /

| வ.எண். | இனம் | பரிந்துரை செய்யப்படும் நன்கொடை. |
|---|---|---|
| (1) | (2) | (3) |
| 1. | வியாபாரத் தலங்கள் | அரசாணை (நிலை) எண்.353, தமிழ் வளர்ச்சி பண்பாடு (ம) அறநிலையத்துறை நாள் 4.6.99-ன்படி நிர்ணயிக்கப்பட்ட புதிய நியாய வாடகையில் 15 மடங்கு தொகை |
| 2. | மனைப்பகுதியில் வியாபார தலங்கள் | |
| 3. | குடியிருப்பு வீடுகள் | அரசாணை (நிலை) எண்.353, தமிழ் வளர்ச்சி பண்பாடு (ம) அறநிலையத்துறை நாள் 4.6.99-ன்படி நிர்ணயிக்கப்பட்ட புதிய நியாய வாடகையில் 10 மடங்கு தொகை |
| 4. | மனைப்பகுதி குடியிருப்புகள் | |

iii) 3) மேலே பத்தி 1-ல் குறிப்பிட்டவாறு நன்கொடை வசூலிக்கும் முறையை உரிமம் பெற்ற தொலைத் தொடர்பு நிறுவனங்கள் பொருத்தவரை விலக்களிக்க ஏதுவாக அரசு விதிமுறைகளுக்கு திருத்தம் வெளியிடுமாறு தகவல் தொழில் நுட்பவியல் துறையும் பரிந்துரை செய்துள்ளது.

4) இந்து சமய அறநிலைய ஆட்சித்துறை ஆணையரின் பரிந்துரை மற்றும் தகவல் தொழில் நுட்பவியல் துறையின் பரிந்துரை ஆகியவை அரசால் கவனமாக பரிசீலிக்கப்பட்டது. இப்பரிந்துரைகளை ஏற்று, திருக்கோயிலுக்குரிய மனைகள்/கடைகள்/வீடுகள் ஆகியவற்றின் வாடகைதாரர்கள், பெயர் மாற்றம் தொடர்பாக அரசாணை (நிலை) எண்.131, தமிழ் வளர்ச்சி பண்பாடு மற்றும் அறநிலையத்துறை நாள் 18.5.2004-ல் நிர்ணயிக்கப்பட்ட வழிமுறைகளில் வணிகப் பயன்பாடென்றால் சொத்தின் மதிப்பில் 50% குடியிருப்பு பயன்பாடு என்றால் 50% நன்கொடை செலுத்தவேண்டும் என்ற வழிமுறையை ரத்து செய்து, முறையே வியாபாரத் தலங்கள்/மனைப் பகுதியில் வியாபாரத் தலங்களுக்கு அரசாணை (நிலை) எண்.353, தமிழ் வளர்ச்சி பண்பாடு மற்றும் அறநிலையத்துறை, நாள் 4.6.99-ன் படி நிர்ணயிக்கப்பட்ட புதிய நியாய வாடகையில் 15 மடங்கு தொகை " மற்றும் குடியிருப்பு வீடுகள்/மனைப்பகுதி

/ 4 /

குடியிருப்புகளுக்கு" அரசாணை (நிலை) எண். 353, தமிழ் வளர்ச்சி பண்பாடு மற்றும் அறநிலையத்துறை நாள் 4.6.1999-ன் படி நிர்ணயிக்கப்பட்ட புதிய நியாய வாடகையில் 10 மடங்கு தொகை" நன்கொடை செலுத்த வேண்டும் என நிர்ணயம் செய்யலாம் என்றும். இவ்வாறு நிர்ணயிக்கப்படும் நன்கொடை, " செலுத்துவதிலிருந்து உரிமம் பெற்ற தொலைதொடர்பு நிறுவனங்கள் (

) அவர்களை "டவர்" அமைக்கும் பணி தொடர்பாக விலக்களிக்கப்படுவார்கள் என்றும் ஆணை வெளியிடலாம் என அரசு முடிவு செய்து அவ்வாறே ஆணையிடுகிறது.

( ஆளுநரின் ஆணைப்படி )

பு. ஏ. இராமையா
அரசுச் செயலாளர்.

பெறுநர்:

ஆணையர், இந்துசமய அறநிலை ஆட்சித்துறை,
சென்னை-34.

நகல்:

தகவல் தொழில் நுட்பவியல் துறை, சென்னை-9
இந்து சமய அறநிலைய ஆட்சித்துறை, அமைச்சரின் முதுநிலை நேர்முக உதவியாளர்
சென்னை-9.
அரசாணை (ப) எண். 550, தமிழ் வளர்ச்சி - பண்பாடு (ம) அறநிலையத்துறை
நாள் 25.10.05
இ. கோ./உதிரி.

/ ஆணைப்படி அனுப்பப்படுகிறது /

ஒம்/-
பிரிவு அலுவலர்.

சுருக்கம்

இந்து சமயம் மற்றும் அறநிலையத்துறை– இந்து சமய அறநிலையத்துறையின் கட்டுப்பாட்டில் உள்ள திருக்கோயில்களுக்குச் சொந்தமான நிலங்களில் கூட்டாக ஆக்கிரமித்து நீண்ட காலமாக குடியிருந்து வருபவர்கள்– வரன்முறைப்படுத்துதல்– ஆணை வெளியிடப்படுகிறது.

---

தமிழ் வளர்ச்சி அறநிலையங்கள் மற்றும் செய்தி(அநி4–2) துறை

**அரசாணை(நிலை) எண் 340** நாள் **6.8.2007**

படிக்கப்பட்டது:

1. அரசாணை(நிலை) எண் 163, தமிழ் வளர்ச்சி அறநிலையங்கள் மற்றும் செய்தி (அநி5–1) துறை நாள் 23.5.2007.
2. சிறப்பு ஆணையர் மற்றும் ஆணையர், இந்து சமய அறநிலையத்துறை, ந.க.எண் 37750/2007/எம்3, நாள். 22.6.2007.

...

2007–2008ஆம் ஆண்டு இந்து சமய அறநிலையத்துறை மானியக்கோரிக்கை விவாதத்தின்போது மாண்புமிகு அமைச்சர் (இந்து சமயம் (ம) அறநிலையத்துறை) அவர்கள் வெளியிட்ட அறிவிப்புகள் குறித்து மேலே முதலாவதாக படிக்கப்பட்ட அரசாணையில் ஆணையிடப்பட்டது.

2. மேற்கண்ட அறிவிப்புகளில் ஒன்றான இந்து சமய அறநிலையத்துறையின் கட்டுப்பாட்டில் உள்ள காலிமனைகளையும் கட்டிடப் பகுதிகளையும் குடியிருப்புக்காக கூட்டாக ஆக்கிரமித்து நீண்டகாலமாக குடியிருந்து வருபவர்களை வாடகைதாரர்களாக முறைப்படுத்துவது குறித்து கீழ்க்காணும் நிபந்தனைகளின்படி நீண்டகாலமாக திருக்கோயிலுக்குச் சொந்தமான காலிமனைகளையும் கட்டிடப் பகுதிகளையும் குடியிருப்புக்காக கூட்டாக ஆக்கிரமித்து நாளது தேதிவரை தொடர்ந்து பயன்படுத்தி வரும் நபர்களை வாடகைதாரர்களாக வரன்முறைப்படுத்தலாம் என இரண்டாவதாக படிக்கப்பட்ட கடிதத்தில் சிறப்பு ஆணையர் மற்றும் ஆணையர், இந்து சமய அறநிலையத்துறை அவர்கள் அரசுக்கு பரிந்துரை செய்துள்ளார்:-

2

(1). நீண்டகாலமாக (30 ஆண்டுகளுக்கு மேலாக) திருக்கோயிலுக்கு சொந்தமான காலி மனைகளும், கட்டிடப்பகுதிகளும் குடியிருப்புக்காக கூட்டாக ஆக்கிரமித்து தொடர்ந்து நாளது தேதிவரை அவர்களால் பயன்படுத்தப்பட்டு வரவேண்டும்;

(2). அரசாணை (நிலை) எண் 353, தமிழ் வளர்ச்சி, பண்பாடு மற்றும் அறநிலையத்துறை, நாள் 4.6.1999ல் கண்டுள்ளபடி வாடகை நிர்ணயத்தை ஏற்றுக்கொள்ள வேண்டும்;

(3). மேற்கண்ட வாடகை நிர்ணயம் 1.7.1998 முதல் அமுல்படுத்தப்பட வேண்டும். மொத்த நிலுவைத் தொகையை கணக்கிட்டு 12 மாதங்களில் 12 சம தவணைகளில் செலுத்த வேண்டும்;

(4). மேற்கண்ட நியாய வாடகையில் 10 மாத வாடகையை நன்கொடையாக அளிக்க வேண்டும்;

(5). மேற்கண்ட அடிப்படையில் முதல் தவணை நிலுவையும் நடப்பு மாத வாடகையும் செலுத்தும் ஆக்கிரமிப்புதாரர்களுக்கு மின்வசதி மற்றும் ஏனைய வசதிகளுக்காக அனுமதி பெற தடையில்லா சான்று வழங்கப்பட வேண்டும்.

3. மேலே பத்தி 2ல் கண்ட சிறப்பு ஆணையர் மற்றும் ஆணையர், இந்து சமய அறநிலையத்துறை அவர்களின் பரிந்துரையை அரசு கவனமாக பரிசீலித்து கீழ்க்காணும் நிபந்தனைகளுக்குட்பட்டு திருக்கோயிலுக்கு சொந்தமான மனைகள் / நிலங்கள் குடியிருப்புக்காக கூட்டாக ஆக்கிரமித்து நீண்டகாலமாக குடியிருப்பவர்களை வாடகைதாரர்களாக வரன்முறைப்படுத்தலாம் எனக் கருதி அவ்வாறே ஆணையிடுகிறது:-

(1). நீண்டகாலமாக (30 ஆண்டுகளுக்கு மேலாக) திருக்கோயிலுக்குச் சொந்தமான காலி மனைகளும், கட்டிடப்பகுதிகளும் குடியிருப்புக்காக கூட்டாக ஆக்கிரமித்து தொடர்ந்து நாளது தேதிவரை அவர்களால் பயன்படுத்தப்பட்டு வரவேண்டும்;

(2). அரசாணை (நிலை) எண் 353, தமிழ் வளர்ச்சி, பண்பாடு மற்றும் அறநிலையத்துறை, நாள் 4.6.1999ல் கண்டுள்ளபடி வாடகை நிர்ணயத்தை ஏற்றுக்கொள்ள வேண்டும்;

(3). மேற்கண்ட வாடகை நிர்ணயம் 1.7.1998 முதல் அமுல்படுத்தப்பட வேண்டும். மொத்த நிலுவைத் தொகையை கணக்கிட்டு 12 மாதங்களில் 12 சம தவணைகளில் செலுத்த வேண்டும்;

(4). மேற்கண்ட நியாய வாடகையில் 10 மாத வாடகையை நன்கொடையாக அளிக்க வேண்டும்; மற்றும்

(5). மேற்கண்ட அடிப்படையில் முதல் தவணை நிலுவையும் நடப்பு மாத வாடகையும் செலுத்தும் ஆக்கிரமிப்புதாரர்களுக்கு மின்வசதி மற்றும் ஏனைய வசதிகளுக்காக அனுமதி பெற தடையில்லா சான்று வழங்கலாம்.

3

(6) (1) முதல் (5) வரை உள்ளவை தவிர அரசாணை (நிலை) எண் 353 தமிழ் வளர்ச்சி, பண்பாடு மற்றும் அறநிலையத்துறை நாள் 4.6.1999ல் கண்டுள்ள ஏனைய நிபந்தனைகளும் இவ்வினங்களுக்கும் பொருந்தும்.

(ஆளுநரின் ஆணைப்படி)

து.இராசேந்திரன்,
அரசுச் செயலாளர்.

பெறுநர்

சிறப்பு ஆணையர் மற்றும் ஆணையர்,
இந்து சமயம் மற்றும் அறநிலையத்துறை, சென்னை–34.
இந்து சமயம் மற்றும் அறநிலையத்துறை அமைச்சரின் முதுநிலை நேர்முக உதவியாளர், சென்னை–9.
செயலாளர், தமிழ் வளர்ச்சி, அறநிலையங்கள் (ம) செய்தித்துறை அவர்களின் தனிச் செயலாளர், சென்னை–9.
தமிழ் வளர்ச்சி, அறநிலையங்கள் (ம) செய்தித்துறையின் அனைத்து அறநிலையப் பிரிவுகள், சென்னை–9.
இ.கோ/ உதிரி.

//ஆணைப்படி/அனுப்பப்படுகிறது//

6/8/07
பிரிவு அலுவலர்
6/8/07

சுருக்கம்

இந்து சமய அறநிலையத்துறை– திருக்கோயில் வீடுகள், நிலங்கள், கடைகள் மற்றும் காலி இடங்கள்– வாடகை நிர்ணயம் செய்து வெளியிடப்பட்ட அரசாணையில் சில மாறுதல்கள் செய்து ஆணை வெளியிடப்படுகிறது.

---

தமிழ் வளர்ச்சி, அறநிலையங்கள் மற்றும் செய்தி (அ.நி.4–2) துறை

அரசாணை (நிலை) எண்.456 நாள் : 9.11.2007

படிக்கப்பட்டவை:-

1. அரசாணை (நிலை) எண் 56, வணிகவரி மற்றும் அறநிலையத்துறை, நாள். 19.2.1998.
2. அரசாணை (நிலை) எண். 353, தமிழ் வளர்ச்சி–பண்பாடு மற்றும் அறநிலையத்துறை, நாள் 4.6.1999.
3. அரசு கடிதம் எண்.6129/அநி.4–2/2000–1 தமிழ் வளர்ச்சி–பண்பாடு மற்றும் அறநிலையத்துறை, நாள் 27.4.2000.
4. அரசு கடிதம் (நிலை) எண்.169, தமிழ் வளர்ச்சி–பண்பாடு மற்றும் அறநிலையத்துறை, நாள் 8.8.2001.
5. சிறப்பு ஆணையர் மற்றும் ஆணையர், இந்து சமய அறநிலையத்துறை கடித ந.க.எண்.744/1999/ எம் 3 நாள் 22.10.2007.

...

ஆணை:-

இந்து சமய அறநிலையத்துறையின் கட்டுப்பாட்டில் உள்ள திருக்கோயிலுக்குச் சொந்தமான வீடுகள், மனைகள், கடைகள் மற்றும் காலியிடங்கள் ஆகியவற்றிற்கு நியாய வாடகை நிர்ணயம் செய்து முதன் முதலாக அரசாணை (நிலை) எண் 56, தமிழ் வளர்ச்சி–பண்பாடு மற்றும் அறநிலையத்துறை நாள் 19.2.1998–ல் வெளியிடப்பட்டது. பின்னர் அவற்றில் உரிய தளர்வுகள் செய்யப்பட்டு அரசாணை (நிலை) எண். 353, தமிழ் வளர்ச்சி, பண்பாடு மற்றும் அறநிலையத்துறை நாள் 4.6.1999ல் திருத்திய ஆணை வெளியிடப்பட்டது. இதிலும் வாடகை அதிகமாக இருப்பதாக அரசுக்கு பல்வேறு புகார்கள் வரப்பெற்றதன் அடிப்படையில் மேற்படி நியாய்வாடகை நிர்ணயம் குறித்து அரசின் மறுபரிசீலனை முடியும் வரை 27.4.2000ல் மேற்படி அரசாணையின் செயல்பாடுகளை தற்காலிகமாக நிறுத்திவைக்குமாறு மூன்றாவதாக படிக்கப்பட்ட அரசுக் கடிதத்தில் ஆணையர் இந்து சமய அறநிலையத்துறை அவர்கள் அறிவுறுத்தப்பட்டார். அதன் பின்னர் அரசின் நீண்ட பரிசீலனைக்குப்பின்னர் தற்காலிகமாக நிறுத்திவைக்கப்பட்ட ஆணையை மீண்டும் 1.11.2001 முதல் செயல்படுத்துமாறு நான்காவதாக படிக்கப்பட்ட அரசு கடிதத்தில் ஆணையிடப்பட்டது. மேலும் வாடகை நிர்ணயக்கோட்பாடுகள் குறித்து, 1959ம் ஆண்டு இந்து சமய அறநிலைக்கொடைகள் சட்டத்தின் பிரிவு 34–க்கு தகுந்த திருத்தங்கள் செய்யப்பட்டு 10.5.2003 முதல் அமல்படுத்தப்பட்டது.

2

2. இந்நிலையில், மேலே ஐந்தாவதாக படிக்கப்பட்ட கடிதத்தில் இந்து சமய அறநிலையத்துறை சிறப்பு ஆணையர் மற்றும் ஆணையர் அவர்கள் திருக்கோயில்களுக்குச் சொந்தமான மனைகள் மற்றும் கடைகள், காலியிடங்கள் ஆகியவற்றிற்கு நியாய வாடகை நிர்ணயம் செய்வது தொடர்பாக ஏற்கனவே நடைமுறையிலுள்ள அரசாணை (நிலை) எண் 353, தமிழ் வளர்ச்சி பண்பாடு மற்றும் அறநிலையத்துறை நாள் 4.6.1999ல் சில திருத்தங்கள் மேற்கொள்ள 17.10.2007 அன்று மாண்புமிகு தமிழக முதலமைச்சர் அவர்களின் தலைமையின்கீழ் நடைபெற்ற உயர்நிலை ஆலோசனைக் குழு கூட்டத்தில் இப்பொருண்மை தொடர்பாக கீழ்க்காணுமாறு தீர்மானிக்கப்பட்டுள்ளது என்று தெரிவித்து, இத்தீர்மானத்தின் அடிப்படையில் தேவையான நடவடிக்கைகள் மேற்கொள்ள உரிய அரசாணை வழங்குமாறு அரசினைக் கேட்டுக்கொண்டுள்ளார்:-

> "திருக்கோயிலுக்குச் சொந்தமான மனைகள் மற்றும் கட்டிடங்களில் குடியிருந்து வருபவர்களுக்கு தற்போது நிர்ணயிக்கப்பட்டுள்ள வாடகை விகிதம் அதிகமாக உள்ளது என்பதைக் கருத்தில் கொண்டு, இரண்டாவதாக படிக்கப்பட்ட அரசாணையின்படி, குடியிருப்பவர்களுக்கு நிர்ணயிக்கப்பட்டுள்ள நியாய வாடகை விகிதமான 0.20 விழுக்காட்டினை, 0.10 விழுக்காடாக குடியிருப்பாக பயன்படுத்தப்படும் இனங்களில் மட்டும் குறைத்து சீரமைக்கலாம் என்றும், மேலும், பொதுவாக அனைத்து இனங்களுக்கும் மூன்றாண்டுகளுக்கு ஒருமுறை நிர்ணயம் செய்யப்படும் நியாய வாடகை உயர்வான 33.3 விழுக்காட்டினை மூன்றாண்டுகளுக்கு ஒருமுறை 15 விழுக்காடாகக் குறைத்து நிர்ணயிக்கலாம் என்றும், இந்த வாடகை விகிதத்தை 2001-ஆம் ஆண்டு நிலமதிப்பு நிலவரத்தின் அடிப்படையில் கணக்கிட்டு, 2001-ஆம் ஆண்டிலிருந்து மூன்றாண்டுகளுக்கு ஒருமுறை 15 விழுக்காடு அளவில் வாடகையை உயர்த்த வேண்டும் என்றும் தீர்மானிக்கப்பட்டது."

3. இந்து சமய அறநிலையத்துறை, சிறப்பு ஆணையர் மற்றும் ஆணையர் அவர்களின் பரிந்துரையை அரசு கவனமுடன் பரிசீலித்து, திருக்கோயில்களுக்குச் சொந்தமான வீடுகள் மனைகள், கடைகள் மற்றும் காலியிடங்கள் ஆகியவற்றிற்கு நியாய வாடகை நிர்ணயம் செய்வது தொடர்பாக ஏற்கனவே நடைமுறையிலுள்ள அரசாணை (நிலை) எண் 353, தமிழ் வளர்ச்சி பண்பாடு மற்றும் அறநிலையத்துறை நாள் 4.6.1999 சிலகால நிறுத்தி வைத்தலுக்குப்பிறகு மீண்டும் 1.11.20[illegible] முதல் செயல்படுத்தப்பட்ட நிலையில், மேற்படி அரசாணையின் அடிப்படையி[illegible] நிர்ணயிக்கப்பட்டுள்ள நியாய வாடகை விகிதமான 0.20 விழுக்காட்டினை 0.10 விழுக்காடா[illegible] குடியிருப்பவர்களுக்கு மட்டும் குறைக்கலாம் என்றும், மேலும் அனைத்து இனங்களுக்கு[illegible] பொதுவாக மூன்றாண்டுகளுக்கு ஒருமுறை செய்யப்படும் நியாய வாடகை உயர்வான 33[illegible] விழுக்காட்டினை மூன்றாண்டுகளுக்கு ஒருமுறை 15 விழுக்காடாகக் குறைத்து நிர்ண[illegible] செய்யலாம் என்றும் இந்த வாடகை விகிதத்தை 2001-ஆம் ஆண்டு நிலமதிப்பு நிலவரத்தி[illegible] அடிப்படையில் கணக்கிட வேண்டும் என்று ஆலோசனைக் குழுக் கூட்டத்தி[illegible] தீர்மானிக்கப்பட்டுள்ள நிலையில் அரசாணை (நிலை) எண் 353, தமிழ் வளர்ச்சி-பண்பாடு மற்று[illegible] அறநிலையத்துறை நாள் 4.6.1999, 1.11.2001 நாளிலிருந்து நடைமுறைப்படுத்தப்பட்ட நிலையி[illegible] இதனை 1.11.2001 ஆம் நாளிலிருந்து கணக்கிடலாம் என்றும், அதன்பிறகு அவ்வாறு நிர்ணய[illegible] செய்யப்பட்ட வாடகையுடன் 15 விழுக்காடு கூடுதல் செய்து 1.7.2004-லிருந்து கணக்கிட[illegible] அதன்பின்னர் ஒவ்வொரு மூன்றாண்டுகளுக்கு ஒருமுறை 15 விழுக்காடு கூடுதல் அளவி[illegible] வாடகையை உயர்வு செய்து நிர்ணயிக்கலாம் என்றும், மேலும் திருக்கோயிலுக்குச் சொந்தமா[illegible] மனைகள், வீடுகள், காலியிடங்கள் மற்றும் கடைகளுக்கு முதன்முதலாக வாடகை நிர்ண[illegible] செய்து 19.2.1998 நாளிட்ட வணிகவரி மற்றும் அறநிலையத்துறையின் அரசாணை(நிலை) எண். 5[illegible] 1998ஆம் ஆண்டு முதல் செயல்படுத்தப்பட்ட நிலையில் மேற்கண்ட வாடகை நிர்ண[illegible]

3

ஆலோசனைக் குழு முடிவின்படி 2001 ஆம் ஆண்டில் நிர்ணயம் செய்யப்படும் வாடகையை அடிப்படையாகக் கொண்டு அவற்றில் 15 விழுக்காடு குறைத்து 1.7.98 முதல் 30.10.2001 வரை திருக்கோயில் இடங்களை குடியிருப்பாக பயன்படுத்தும் இனங்களில் மட்டும் வாடகையை நிர்ணயம் செய்யலாம் என்றும் இவ்வாறு நிர்ணயம் செய்யும்போது கூடுதலாக வாடகை வசூலிக்கப்பட்டிருப்பின் அவற்றை கேட்பிலிருந்து சரிக்கட்டலாம் என்றும் மேற்கண்டவாறு வாடகையை மறு நிர்ணயம் செய்யும்போது ஏற்கனவே வாடகை உயர்வு தொடர்பான வழக்குகள் தொடர்ந்திருக்கும் குத்தகைதாரரை அவற்றைத் திரும்பப்பெற அறிவுரை வழங்கலாம் என்றும் கருதி அவ்வாறே அரசு ஆணையிடுகிறது.

(ஆளுநரின் ஆணைப்படி)

து.இராசேந்திரன்,
அரசு செயலாளர்

பெறுநர்
சிறப்பு ஆணையர் மற்றும் ஆணையர்,
இந்து சமய அறநிலையத்துறை, சென்னை–34.

நகல்
இந்து சமய மற்றும் அறநிலையத்துறை அமைச்சரின் முதுநிலை நேர்முக உதவியாளர், சென்னை–9
தமிழ்வளர்ச்சி, அறநிலையங்கள் மற்றும் செய்தித்துறைச் செயலாளரின் தனிச் செயலாளர், சென்னை–9
தமிழ்வளர்ச்சி, அறநிலையங்கள் மற்றும் செய்தித்துறையைச் சார்ந்த அறநிலையப் பிரிவுகள்
அனைத்து இணை ஆணையர்கள், இந்து சமய அறநிலையத்துறை (சிறப்பு ஆணையர் மற்றும் ஆணையர் வழியாக)
இ.கோ./உ.திரி

/ஆணைப்படி அனுப்பப்படுகிறது/

பிரிவு அலுவலர் 9.11.07

**புதிய நியாய வாடகை நிர்ணயம்**
**மிக அவசரம்/காலக்கெடு 31.8.2010**

இந்து சமய அறநிலையத்துறை

அனுப்புநர்
திரு. பி. வாசுநாதன், எம்.ஏ.,பி.எல்.,
இணை ஆணையர்,
சென்னை 34.

பெறுநர்
துணை ஆணையர்/செயல் அலுவலர்கள்
உதவி ஆணையர்/செயல் அலுவலர்
உதவி ஆணையர், சென்னை

**ந.க.எண்.8430/2010/அ3 நாள் 13.8.2010**

பொருள் : மாண்புமிகு இந்து சமய அறநிலைய அமைச்சர் அவர்களின் சட்டமன்ற அறிவிப்பு–2010–2011 – திருக்கோயில் மற்றும் இதர அறநிறுவனங்களுக்குச் சொந்தமான கட்டடம், மனை, நியாய வாடகை நிர்ணயம் செய்தல்–அரசாணையில் சில தளர்வுகள் ஏற்படுத்தி புதிய அரசாணை வெளியிட்டது–சுற்றறிக்கை–அனுப்புதல்–தொடர்பாக

பார்வை :
1. அரசாணை (நிலை) எண்.298, தமிழ் வளர்ச்சி அறநிலையங்கள் மற்றும் செய்தித்(அநி.4.2.) துறை நாள் 20.7.2010
2. ஆணையர் ந.க.எண்.31154/2010/எம்.3 நாள் 03.08.2010

-----------

பார்வையில் காணும் ஆணையர் குறிப்பு மற்றும் அரசாணை இத்துடன் இணைத்தனுப்பப்படுகிறது. மேற்படி அரசாணையில் தெரிவித்தபடி அனைத்து திருக்கோயில்களுக்கும் (குடியிருப்பு இனங்களுக்கு மட்டும்) புதிதாக நியாய வாடகை நிர்ணயம் செய்து அறிக்கையினை 31.08.2010 க்குள் இரு நகல்களிலும் மற்றும் (குறுந்தகட்டில் பதிவு செய்தும்) தவறாது இவ்வலுவலகத்திற்கு அனுப்புமாறு கேட்டுக் கொள்ளப்படுகிறது.

ஒம்/–பி. வாசுநாதன்,
இணை ஆணையர்

/உ.ந.உ.ப/

13.8
மேலாளர்.

பெறுநர்
1. அனைத்து செயல் அலுவலர்கள்,
பரம்பரை அறங்காவலர்கள் மற்றும் நிர்வாகிகள் (ஆய்வர்கள் மூலமும்) 13.8.2010
அனைத்து ஆய்வர்கள்
2. நகல் பணிந்தனுப்பப்படுகிறது
ஆணையர், சென்னை–34
3. மிகை

இந்து சமய அறநிலையத்துறை

அனுப்புநர் :

ப. ரா. சம்பத், இ.ஆ.ப.,
ஆணையர்,
சென்னை–34.

பெறுநர் :

அனைத்து இணை ஆணையர்கள்
அனைத்து இணை ஆணையர் /
செயல் அலுவலர்கள்
அனைத்து துணை ஆணையர் /
செயல் அலுவலர்கள்
அனைத்து உதவி ஆணையர்கள்
அனைத்து உதவி ஆணையர் /
செயல் அலுவலர்கள்

ந.க.எண். 31154 / 2010 எம்3 நாள் 3.08.2010

ஐயா,

பொருள்: மாண்புமிகு இந்து சமய அறநிலைய அமைச்சர் அவர்களின் சட்டமன்ற அறிவிப்பு – 2010–2011 – திருக்கோயில் மற்றும் இதர அறநிறுவனங்களுக்குச் சொந்தமான கட்டடம், மனை, நிலம் நியாய வாடகை நிர்ணயம் செய்தல் – அரசாணையில் சில தளர்வுகள் ஏற்படுத்தி புதிய அரசாணை வெளியிட்டது–சுற்றறிக்கை–தொடர்பாக

பார்வை :

1. அரசாணை எண். 353 தமிழ் வளர்ச்சி பண்பாடு மற்றும் அறநிலையத்துறை நாள் 4.6.1999
2. அரசாணை எண். 456 தமிழ் வளர்ச்சி அறநிலையங்கள் மற்றும் செய்தித்துறை நாள் 9.11.2007
3. 13.5.2010 அன்று சட்டப்பேரவையில் 2010–2011–க்கான மானியக் கோரிக்கையின்போது மாண்புமிகு அறநிலைய அமைச்சர் அவர்களின் அறிவிப்பு
4. இந்து சமய அறநிலையத்துறை ஆணையர் ந.க.எண். 31154 / 2010 எம்3 நாள் 30.5.2010
5. அரசாணை (நிலை) எண். 298 தமிழ் வளர்ச்சி அறநிலையங்கள் மற்றும் செய்தித் (அ.நி.4.2) துறை நாள் 20.7.2010

---

தமிழகம் முழுவதும் உள்ள திருக்கோயில் மற்றும் இதர அறநிறுவனங்களுக்குச் சொந்தமான நிலங்களில் குடியிருந்து வரும் வாடகைதாரர்களுக்கு அரசாணை (நிலை) எண். 456 நாள் 9.11.2007 அன்று பிறப்பிக்கப்பட்ட அரசாணையை முன்தேதியிட்டு நடைமுறைபடுத்துவதன் மூலம் உயர்த்தப்பட்ட வாடகைத் தொகையை நிலுவையுடன் செலுத்துவதில் உள்ள இடர்பாடுகள் பற்றி பல்வேறு முறையீடுகள் வரப்பெற்றன. இப்பொருண்மை தொடர்பாக 2010–2011 ம் ஆண்டிற்கான இந்து சமய அறநிலையத்துறை மானிய கோரிக்கையின்போது மாண்புமிகு இந்து சமய அறநிலையத்துறை, அமைச்சர் அவர்களால் தமிழக சட்டப்பேரவையில் 13.5.2010 அன்று வாடகைத் தளர்வு செய்து அறிவிப்பு வெளியிடப்பட்டுள்ளது.

2) மேற்கண்ட அறிவிப்பினை நிறைவேற்றி, குடியிருப்பு பயன்பாட்டிற்கு மட்டும் நிலுவை வாடகை செலுத்துவதை தளர்வு செய்து அரசாணை எண். 298 நாள் 20.7.2010–ல் அரசால் உத்தரவு பிறப்பிக்கப்பட்டுள்ளது. வாடகைத் தளர்வு தொடர்பாக பின்பற்றப்பட வேண்டிய நடைமுறைகளை

2

அரசாணையில் தெளிவாக குறிப்பிடப்பட்டுள்ளது. இவ்வரசாணையின் தொடர்ச்சியாக கீழ்க்கண்ட கருத்துக்களின் அடிப்படையில் செயல்படுமாறு அனைத்து திருக்கோயில் / அறநிறுவனங்களின் நிர்வாக அலுவலர்களை கேட்டுக்கொள்ளப்படுகிறது. இச்செயல்பாடுகளை உரிய முறையில் கண்காணித்திடுமாறும் சார்நிலை அலுவலர்களை கேட்டுக் கொள்ளப்படுகிறது.

I) புதிய அரசாணையில் கண்டுள்ள வாடகைத் தளர்வு குடியிருப்பு பயன்பாட்டிற்கு மட்டுமே பொருந்தும்.

II) அரசாணையில் கண்டுள்ள வழிகாட்டுதல்களின்படி, குடியிருப்புக்காக பயன்படுத்தப்பட்டு வரும் மனை, கட்டடம் ஆகியவற்றிற்கான வாடகையை இனம் வாரியாக கணக்கீடு செய்து உரிய பதிவுகளை கேட்புப் பதிவேட்டில் பதிவு செய்திடல் வேண்டும்.

III) குடியிருப்பு பயன்பாட்டிற்காக பயன்படுத்தப்படும் இனங்களில் 1.11.2001–ம் தேதிக்கு முன்னர் செலுத்தி வந்த பழைய வாடகையினை 2001–ம் ஆண்டிலிருந்து 30.6.2007 வரை சரியாக கணக்கீடு செய்து அதனடிப்படையில் இனம் வாரியாக கேட்பு வாடகையினை தயார் செய்திடல் வேண்டும். 2001–ம் ஆண்டிலிருந்து 30.6.2007 வரை இவ்வினங்களுக்கு அரசாணை எண்.353 மற்றும் 456–ன்படி உயர்வான வாடகையினை வாடகைதாரரால் செலுத்தப்பட்டிருந்தால், அக்கூடுதல் வாடகைத் தொகையினை கணக்கிட்டு, அதனை 1.7.2007 பிறகு உள்ள காலத்திற்கான நியாய வாடகைக்கு ஈடு செய்து கொள்ள வேண்டும்.

IV) முன்பத்தியில் தெரிவித்த விவரங்களின்படி, இணைப்பில் கண்டுள்ள மாதிரிப்படிவத்தில் பூர்த்தி செய்து ஒவ்வொரு வாடகைதாரருக்கும் அறநிறுவனத்திடமிருந்து அறிவிப்பு அனுப்பப்பட வேண்டும்.

V) முந்தைய வாடகை உயர்வு குறித்து, திருக்கோயில் நிர்வாகத்திடமோ அல்லது இணை ஆணையர் அல்லது ஆணையர் அலுவலகத்தின் முன் வழக்குகள் ஏதும் வாடகைதாரர்களால் தாக்கல் செய்யப்பட்டிருந்தால், புதிய அரசாணையின்படி வாடகைத் தளர்வு செய்துள்ள விவரத்தினை வாடகைதாரர்களுக்கு சிறப்புக் கடிதம் மூலம் தெரிவித்து அவர்களால் தாக்கல் செய்யப்பட்டுள்ள வழக்குகளை முடிவுக்கு கொண்டுவர உரிய வாய்ப்புகளை திருக்கோயில் / அறநிறுவனத்தின் சார்பில் வழங்கிட வேண்டும். மேலும், இத்தகைய வாடகைதாரர்களுக்கு அறிவிப்பு அனுப்பி சிறப்பு கூட்டம் நடத்தி புதிய அரசாணையின் மூலம் வழங்கப்பட்டுள்ள வாடகைத் தளர்வு சலுகைகளை தெரிவித்து நிலுவை வழக்குகளை முடிவுக்கு கொண்டுவரவும், நற்போதைய நாளதுவரை நியாய வாடகையினை வசூலித்திடவும், உரிய நடவடிக்கைகளை முனைப்புடன் எடுத்திட வேண்டும்.

VI) திருக்கோயில் / அறநிறுவனங்களால் பேணப்படும் வாடகைத் தொடர்பான கேட்புப் பதிவேடுகளில் ஏற்கனவே பதிவு செய்யப்பட்டுள்ள வாடகைதாரர்கள் பெயர்களை

3

எவ்வித மாறுதல் / விடுதலின்றி பதிவுகளை கவனமாக மேற்கொள்ளப்பட வேண்டும். இதனை தவிர்த்து கேட்பு பதிவேட்டில் வாடகைதாரர்களின் பெயர்களை மாற்றம் செய்வதோ, விடுபடச் செய்வதோ அல்லது புதிய நபர்களை ஆணையர் அனுமதியின்றி பதிவு செய்வதோ கூடாது. இம்மாதிரியான தவறுகள் நிகழா வண்ணம் உரிய கண்காணிப்புடன் கேட்புப் பதிவேட்டில் உரிய பதிவுகளை பதிவு செய்திட வேண்டும். இதனை தவிர்த்து குறைபாடுகளோ, முரண்பாடுகளோ கேட்புப் பதிவேட்டில் காணப்படின் தொடர்புடைய பணியாளர்கள் / அலுவலர்கள் மீது கடும் நடவடிக்கை எடுக்கப்பட வேண்டும்.

vii) திருக்கோயில் / அறநிறுவனங்களுக்குச் சொந்தமான மனை மற்றும் கட்டடங்களில் குடியிருப்போருக்கான நிலுவை வாடகைச் சுமையினை குறைத்திட வேண்டும் என்ற எண்ணத்தின்படியும், வாடகையினை நிலுவையின்றி வசூலித்திட வேண்டும் என்ற நோக்கத்தின்படியும் புதிய அரசாணையில் வாடகைத் தளர்வு செய்து உத்தரவிடப்பட்டுள்ளது. எனவே, வாடகைதாரர்களுக்கு வாடகைத் தளர்வு வழங்குவதுடன், தற்போதைய தேதி வரையிலான நியாய வாடகையினை நிலுவையின்றி சேர்த்து வசூலித்திட திருக்கோயில் / அறநிறுவனங்களின் நிர்வாகிகள் முனைப்புடன் செயல்பட வேண்டும்.

viii) புதிய அரசாணையின்படி கீழ்க்கண்ட விவரங்கள் அடங்கிய படிவத்தினை தயார் செய்து, அதனை திருக்கோயில் / அறநிறுவனங்களின் அறிவிப்பு பலகைகளில் ஒட்டி வாடகைதாரர்கள் அறிந்திடும் வண்ணம் செய்திடல் வேண்டும்.

| வ. எண். | கதவு எண். | வாடகைதாரர் பெயர் | 2001–2007 (30.6.07வரை வாடகை) | | | | 2007–2010 (1.07.2007 முதல் 30.6.2010 வரை வாடகை) | | | |
|---|---|---|---|---|---|---|---|---|---|---|
| | | | கேட்பு | வசூல் | நிலுவை | கூடுதல் / குறைவு வசூல் | கேட்பு | வசூல் | நிலுவை | கூடுதல் / குறைவு வசூல் |

இச்சுற்றறிக்கையினை பெற்றுக் கொண்டமைக்கு உடன் ஒப்புதல் அனுப்புமாறு அனைத்து சார்நிலை அலுவலர்களையும் கேட்டுக் கொள்ளப்படுகிறது.

ஒம்./– ப.ரா. சம்பத்,
ஆணையர்

/உ.ந.உ.அ./

கண்காணிப்பாளர்

இணைப்பு : அரசாணை நகல்.

## மாதிரி படிவம்

I.

1. அறநிறுவனத்தின் பெயர், இருப்பிடம்
2. குடியிருப்புக்கான மனை / கட்டடத்தின் எண் மற்றும் விலாசம்
3. குடியிருப்புக்கான மனை / கட்டடத்தின் நீளம், அகலம், பரப்பளவு
4. வாடகைதாரரின் பெயர்
5. வாடகை கேட்பு பதிவேட்டின் பக்க எண். & வரிசை எண்.
6. 1.11.2001–க்கு முன்னர் செலுத்தப்பட்ட மாத வாடகை ரூ.
7. 1.11.2001 முதல் 30.6.2007 வரையிலான வாடகை ரூ.
   (வரிசை எண்.6–ன்படி)
8. 1.11.2001 முதல் 30.6.2007 வரை வாடகைதாரரால் செலுத்தப்பட்ட வாடகை
9. 30.6.2007–ல்

   i) வாடகைதாரர் செலுத்தப்பட வேண்டிய நிலுவை வாடகை

   ❖ ii) வாடகைதாரரால் செலுத்தப்பட்ட வாடகை : கூடுதலா / குறைவா
   (+) (–)

II. 1.7.2007 முதல் 30.6.2010 வரை

1) 1.7.2007–ல் வாடகைதாரர் செலுத்தப்பட வேண்டிய மாத நியாய வாடகை ரூ.
2) 1.7.2007 முதல் 30.6.2010 வரை 36 மாதங்களுக்கான கேட்பு வாடகை ரூ.
3) 1.7.2007 முதல் 30.6.2010 வரை வாடகைதாரரால் செலுத்தப்பட்ட வாடகை ரூ.
4) 30.6.2007 வரை வாடகைதாரரால் கூடுதலாக செலுத்தப்பட்ட வாடகை
   ❖ 9 (ii) –ல் உள்ளவாறு
5) கூடுதல் தொகை (3+4)
6) 30.6.2010–ல்

   a) வாடகைதாரர் செலுத்தப்பட வேண்டிய நிலுவை வாடகை

   ❖ b) வாடகைதாரரால் செலுத்தப்பட்ட வாடகை : கூடுதலா / குறைவா
   (+) (–)

---

❖ மேற்காணும் கணக்கீட்டின்படி வாடகைதாரரால் கூடுதலாக வாடகைத் தொகை செலுத்தப்பட்டிருப்பின் அத்தொகையினை எதிர்கால வாடகைக்கு ஈடு செய்திட வேண்டும்.

ஒம்./– ப.ரா. சம்பத்,
ஆணையர்

/உ.ந.உ.அ./

கண்காணிப்பாளர்

42581



**சுருக்கம்**

இந்து சமய அறநிலையத்துறை – இந்து சமய அறநிலைய அமைச்சர் அவர்களால் 2010–2011–ஆம் ஆண்டிற்கான இந்து சமய அறநிலையத்துறை மானியக்கோரிக்கையின் போது தமிழக சட்டப்பேரவையில் 13.05.2010 அன்று வெளியிடப்பட்ட அறிவிப்பு – திருக்கோயில் மற்றும் இதர அறநிறுவனங்களுக்குச் சொந்தமான கட்டடம், மனை, நிலம் ஆகியவற்றுக்கு நியாய வாடகை நிர்ணயம்– அரசாணையில் சில தளர்வுகள் ஏற்படுத்துதல்– ஆணை வெளியிடப்படுகிறது.

---

<u>தமிழ் வளர்ச்சி அறநிலையங்கள் மற்றும் செய்தி(அ.நி.4.2)துறை.</u>

அரசாணை (நிலை) எண். 298

நாள்: 20.07.2010,
திருவள்ளுவராண்டு– 2041,
ஆடி–4.

படிக்கப்பட்டவை:

1. அரசாணை (நிலை) எண்.353, தமிழ் வளர்ச்சி பண்பாடு மற்றும் அறநிலையத்துறை, நாள் 4.6.1999.
   அரசாணை(நிலை) எண்.456 தமிழ் வளர்ச்சி அறநிலையங்கள் மற்றும் செய்தித்துறை, நாள் 9.11.2007.

மேலும் படிக்க:

3. 13.05.2010 அன்று சட்டமன்றப் பேரவையில் மாண்புமிகு இந்துசமய அறநிலையத்துறை அமைச்சர் அவர்களின் அறிவிப்பு
4. இந்து சமய அறநிலையத்துறை, ஆணையர் ந.க. எண்.31154/2010/எம்.3 நாள் 30.05.2010.

---

<u>ஆணை:</u>

மேலே முதலாவதாக படிக்கப்பட்ட அரசாணையில் திருக்கோயில் நிலங்கள், கடைகள் மற்றும் வீடுகளுக்கு வாடகை/குத்தகை நிர்ணயம் செய்ய திருத்திய விதிமுறைகளைப் பின்பற்ற ஆணை வெளியிடப்பட்டது. அவ்வாறு நிர்ணயம் செய்யப்பட்ட நியாய வாடகை விகிதங்கள் மிக அதிகமாக உள்ளது என்று முறையீடுகள் வந்ததையொட்டி, அரசாணையில் குறிப்பிட்டுள்ள வழிமுறைகளை மறுபரிசீலனை செய்து கீழ்க்காணும் சலுகைகளை உள்ளடக்கி மேலே இரண்டாவதாக படிக்கப்பட்ட அரசாணை வெளியிடப்பட்டது :–

i) குடியிருப்பு இனங்களுக்கு மட்டும் நியாய வாடகை விகிதத்தை 0.20 விழுக்காட்டிலிருந்து 0.10 விழுக்காடாக குறைக்கப்பட்டது.

ii) மூன்றாண்டுகளுக்கு ஒருமுறை செய்யப்படும் நியாய வாடகை உயர்வினை 33.3 விழுக்காட்டிலிருந்து 15 விழுக்காடாக குறைக்கப்பட்டது.

iii) நியாய வாடகையை நிர்ணயிக்கும் போது தற்கால நில மதிப்பை கருத்தில் கொள்வதற்குப் பதிலாக 2001–ம் ஆண்டு மதிப்பை கருத்தில் கொள்ள உத்தரவிடப்பட்டது.

2

iv) இந்தச் சலுகைகளை 1.11.2001 முதல் நடைமுறைப்படுத்தவும் ஆணையிடப்பட்டது.

2. 9.11.2007 அன்று பிறப்பிக்கப்பட்ட அரசாணையை முன்தேதியிட்டு நடைமுறைபடுத்துவதன் மூலம், உயர்த்தப்பட்ட வாடகைத் தொகையை நிலுவையுடன் செலுத்துவதில் உள்ள சிரமங்கள் பற்றி பல்வேறு முறையீடுகள் வரப்பெற்றன என்பதால் தமிழகம் முழுவதும் உள்ள திருக்கோயில் மற்றும் இதர அறநிறுவனங்களுக்குச் சொந்தமான நிலங்களில் குடியிருந்து வரும் பல்லாயிரக்கணக்கான குடும்பங்களின் நலன் கருதி மாண்புமிகு இந்து சமய அறநிலையத்துறை அமைச்சர் அவர்களால் 2010–2011ம் ஆண்டிற்கான இந்து சமய அறநிலையத்துறை மானிய கோரிக்கையின்போது தமிழக சட்டப்பேரவையில் கீழ்க்காணும் அறிவிப்பு வெளியிடப்பட்டது:-

"2007ஆம் ஆண்டு அரசாணையில் நிர்ணயிக்கப்பட்ட புதிய வாடகையை 2001 – ஆம் ஆண்டிலிருந்தே நிலுவையுடன் வசூலிக்கப்பட வேண்டும் என்ற உத்தரவினை தளர்வு செய்து, திருக்கோயில் மற்றும் இதர அறநிறுவனங்களுக்கு சொந்தமான நிலங்களில் குடியிருந்து வருபவர்கள் 2001–ம் ஆண்டிலிருந்து 2007 – ஆம் ஆண்டு வரை திருக்கோயில் மற்றும் இதர அறநிறுவனங்களுக்கு ஏற்கனவே தாங்கள் என்ன வாடகை செலுத்தி வந்தார்களோ அந்த பழைய வாடகையையே செலுத்தினால் போதுமானது. 2007 –ஆம் ஆண்டு முதல் 09.11.2007 நாளிட்ட அரசாணையின் படி நிர்ணயிக்கப்பட்ட புதிய வாடகையினை செலுத்திட வேண்டும்."

3. நான்காவதாக படிக்கப்பட்ட கடிதத்தில், தமிழக சட்டப்பேரவையில் மாண்புமிகு அறநிலையத்துறை அமைச்சர் அவர்களால் 13.5.2010 அன்று வெளியிடப்பட்ட அறிவிப்பின் அடிப்படையில், நிர்ணயிக்கப்பட்ட நியாய வாடகை 1.11.2001 முதல் நிலுவையுடன் வசூலிக்கப்பட வேண்டும் என்பதை மறு பரிசீலனை செய்து வாடகை நிலுவை செலுத்துவது தொடர்பாக பார்வை 2–ல் படிக்கப்பட்ட அரசாணையில் பிறப்பிக்கப்பட்ட உத்தரவினை தளர்வு செய்து, சலுகைகள் வழங்கப்படவேண்டும் என இந்து சமய அறநிலையத்துறை ஆணையர் அவர்கள் தெரிவித்துள்ளார். இந்து சமய அறநிலையத்துறை ஆணையரின் செயற்குறிப்பை அரசு ஆய்ந்து பரிசீலித்து ஏற்றுக்கொண்டு, பின்வருமாறு ஆணையிடுகிறது:-

i) திருக்கோயில் மற்றும் இதர அறநிறுவனங்களுக்குச் சொந்தமான நிலங்கள் மற்றும் கட்டடங்களில் குடியிருந்து வரும் வாடகைதாரர்கள், 1.11.2001–ஆம் தேதிக்கு முன்னர் செலுத்தி வந்த பழைய வாடகையினை 2001–ஆம் ஆண்டிலிருந்து 2007–ம் ஆண்டு வரை (30.6.2007) செலுத்தினால் போதுமானது.

ii) மேற்கண்ட குடியிருப்பு பயன்பாட்டிற்கு பயன்படுத்தி வரும் வாடகைதாரர்கள், 01.11.2001–க்கு முன்னர் இருந்த பழைய வாடகையின் அடிப்படையில் வாடகை நிலுவையை 30.6.2007 வரை உள்ள காலத்திற்கு கணக்கிட்டு ஒரே தவணையில் திருக்கோயில் மற்றும் அறநிறுவனங்களுக்கு செலுத்திட வேண்டும்.

iii) அரசாணை (நிலை) எண். 353, தமிழ் வளர்ச்சி பண்பாடு மற்றும் அறநிலையத்துறை, நாள் 4.6.1999 மற்றும் அரசாணை (நிலை) எண்.456, தமிழ் வளர்ச்சி, அறநிலையங்கள் மற்றும் செய்தித் துறை, நாள் 9.11.2007 ஆகியவற்றின் அடிப்படையில் கூடுதலான வாடகை திருக்கோயில் மற்றும் இதர அறநிறுவனங்களுக்கு ஏற்கனவே வாடகைதாரர்களால் செலுத்தப்பட்டிருந்தால் அக்கூடுதல் வாடகை இனி வருங்காலத்தில் செலுத்தப்பட வேண்டிய வாடகைத் தொகைக்கு ஈடு செய்து கொள்ளப்படும்.

3

iv) ஆனால், அரசாணை (நிலை) எண்.456, தமிழ் வளர்ச்சி, அறநிலையங்கள் மற்றும் செய்தித் துறை, நாள்:9.11.2007–ல் தெரிவித்துள்ள வழிமுறைகளின் படி, 1.11.2001 தேதிய நிலவரப்படி புதிய வாடகை நிர்ணயம் செய்திட வேண்டும்.

v) மேலும் மேற்படி அரசாணையின்படி மூன்று ஆண்டுகளுக்கு ஒரு முறை இவ்வாடகையுடன் 15% வாடகை உயர்வு செய்து முறையே 1.7.2004 மற்றும் 1.7.2007 ஆகிய தேதிகளில் வாடகையை நிர்ணயித்திட வேண்டும். இவ்வாறு நிர்ணயிக்கப்பட்ட நியாய வாடகையை வாடகைதாரர்கள் 1.7.2007 முதல் திருக்கோயில் மற்றும் இதர அறநிறுவனங்களுக்கு செலுத்தினால் போதுமானது இதன் பின்னர் ஒவ்வொரு மூன்று ஆண்டுகளுக்கு ஒரு முறை 15% உயர்வுடன் கூடிய நியாய வாடகையினையும் அரசாணையின் படி தொடர்ந்து செலுத்திட வேண்டும்.

vi) இச்சலுகை திருக்கோயில் மற்றும் இதர அறநிறுவனங்களுக்குச் சொந்தமான மனை மற்றும் கட்டடங்களில், குடியிருப்பு பயன்பாட்டுக்காக பயன்படுத்தி வரும் வாடகைதாரர்களுக்கு மட்டுமே பொருந்தும். மற்ற இனங்களுக்கு பொருந்தாது.

(vii) மேலும் 'வாடகை' என்பது ''மாத வாடகையை'' குறிக்கும். எனவே வாடகை நிர்ணயம் தொடர்பாக அரசாணை 353 மற்றும் 456–இல் பிறப்பிக்கப்பட்டுள்ள உத்தரவுகளும், இதர உத்தரவுகளும் 1959–ஆம் ஆண்டு இந்து சமய அறநிலைக்கொடைகள் சட்டப்பிரிவு 6(18) மற்றும் 34(ஏ)–ல் தெரிவித்தவாறு திருக்கோயில்கள், திருமடங்கள், கட்டளைகள் மற்றும் இதர அறநிறுவனங்களுக்கு பொருந்தும்.

(ஆளுநரின் ஆணைப்படி)

க.முத்துசாமி,
அரசு முதன்மைச் செயலாளர்

பெறுநர்
ஆணையர்,
இந்து சமய அறநிலையத்துறை, சென்னை–34.

நகல்
இந்து சமயம் மற்றும் அறநிலையத்துறை அமைச்சரின்
முதுநிலை நேர்முக உதவியாளர், சென்னை–9.
தமிழ்வளர்ச்சி, அறநிலையங்கள் மற்றும் செய்தித்துறை
முதன்மைச்செயலாளரின் தனிச்செயலாளர், சென்னை–9.
தமிழ் வளர்ச்சி, அறநிலையங்கள் மற்றும் செய்தித் துறையைச்
சார்ந்த அறநிலையப்பிரிவுகள்.
அனைத்து இணை ஆணையர்கள்,
இந்து சமய அறநிலையத்துறை (ஆணையர் வழியாக)
இருப்புக் கோப்பு /உதிரி.

/ஆணைப்படி அனுப்பப்படுகிறது/

பிரிவு அலுவலர்.

## இந்து சமய அறநிலையத் துறை

**அனுப்புநர்**
ஜெ.குமரகுருபரன், இ.ஆ.ப.,
ஆணையர்,
சென்னை–34.

**பெறுநர்**
அனைத்து சார்நிலை அலுவலர்கள்,
இந்து சமய அறநிலையத்துறை.

**ந.க.எண்.4551/2022/எம்2 , நாள். 10.03.2022.**

அய்யா,

பொருள்: இந்து சமய அறநிலையத்துறை – நியாய வாடகை – சட்டப்பிரிவு 34–Aன் கீழ் நடவடிக்கை மேற்கொள்ளுதல் – பின்பற்ற வேண்டிய நடைமுறைகள் – அறிவுரை வழங்குதல் – குறித்து.

பார்வை ஆணையர், ந.க.எண்.40651/2008/எம்3, நாள்.02.02.2009.

*******

இந்து சமய அறநிலைய ஆட்சித்துறையின் கட்டுப்பாட்டில் உள்ள அறநிறுவனங்களுக்குச் சொந்தமான அசையாச் சொத்துக்களுக்கு நியாய வாடகை நிர்ணயம் செய்வது தொடர்பாக சட்டப்பிரிவு 34–Aயில் கீழ்கண்டவாறு தெரிவிக்கப்படுகிறது.

"**34-A. Fixation of lease rent** The lease rent payable for the lease of immovable property belonging to, or given or endowed for the purpose of, any religious institution, shall be fixed by a Committee consisting of the Joint Commissioner, the Executive Officer or the Trustee or the Chairman of the Board of Trustees, as the case may be, of the religious institution and the District Registrar of the Registration Department in the district concerned taking into account the prevailing market rental value and the guidelines, as may be prescribed and such lease rent shall be refixed in the like manner once in three years by the said Committee.

***Explanation.*** For the purpose of this sub-section, "prevailing market rental value" means the amount of rent paid for similar types of properties situated in the locality where the immovable property of the religious institution is situated.

(2) The Executive Officer or the Trustee or the Chairman of the Board of Trustees, as the case may be, of the religious institution concerned, shall pass an order fixing the lease rent and intimate the same to the lessee specifying a time within which such lease rent shall be paid.

(3) Any person aggrieved by an order passed under sub-section (2), may, within a period of thirty days from the date of receipt of such order, appeal to the Commissioner, in such form and in such manner, as may be prescribed.

(4) The Commissioner may after giving the person aggrieved an opportunity of being heard, pass such order as he thinks fit.

(5) Any person aggrieved by an order passed by the Commissioner under sub-section (4) may, within ninety days from the date of receipt of such order, prefer a revision petition to the High Court :

Provided that no appeal or revision shall be entertained under sub-section (3) or sub-section (5), as the case may be, unless it is accompanied by satisfactory proof of deposit of the lease rent so fixed or refixed, in the account of the religious institution concerned and such amount shall be adjusted towards the lease amount payable by the lessee as per the order passed in the appeal or revision, as the case may be."

2. அதனடிப்படையில் பார்வைக்குறிப்பில் நியாய வாடகை நிர்ணயம் செய்வது தொடர்பாக பின்பற்ற வேண்டிய நடைமுறைகள் குறித்து வழங்கப்பட்ட அறிவுரைகளில் வாடகை நிர்ணயக்குழுவால் நிர்ணயம் செய்யப்படும் வாடகையினை கணக்கீட்டுத் தாளுடன் வாடகைதாரர்களுக்கு அனுப்பி, அவர்களது ஆட்சேபனைகளை பெற்று பரிசீலித்து, இறுதியான வாடகை நிர்ணய உத்தரவினை வாடகைதாரருக்கு வழங்கி ஒப்புதல் பெற வேண்டுமென அறிவுறுத்தப்பட்டுள்ளது.

3. ஆனால், நியாய வாடகை நிர்ணயத்தினை எதிர்த்து ஆணையர் நீதிமன்றத்தில் தாக்கல் செய்யப்படும் மேல்முறையீட்டு வழக்குகள் மற்றும் உயர்நீதிமன்றத்தில் தாக்கல் செய்யப்படும் வழக்குகளை பரிசீலனை செய்ததில் நியாய வாடகை நிர்ணயம் செய்வதில் கீழ்காணும் குறைபாடுகள் கண்டறியப்பட்டுள்ளன,

i. நியாய வாடகை நிர்ணய கணக்கீட்டுத்தாள் மற்றும் நியாய வாடகை நிர்ணயக் குழுவின் தீர்மானத்துடன், உத்தேசிக்கப்பட்டுள்ள வாடகை நிர்ணய தொகை குறித்து ஆட்சேபணை கோரும் அறிவிப்பு வாடகைதாரருக்கு வழங்கப்படுவதில்லை.

ii. சட்டப்பிரிவு 34-A (2)ன் படி நியாய வாடகை நிர்ணயக்குழுவின் தீர்மானத்தின் அடிப்படையில், வாடகையினை நிர்ணயம் செய்து அறநிறுவனங்களின் செயல் அலுவலர்/அறங்காவலர்/அறங்காவலர் குழுத்தலைவரால் உத்தரவு பிறப்பிக்கப்பட வேண்டும். ஆனால், பெரும்பாலான நிகழ்வுகளில் நியாய வாடகை நிர்ணயக்குழுவால் நிர்ணயம் செய்யப்பட்ட வாடகை மற்றும் நிலுவைத் தொகை முதலியவற்றை செலுத்தும்படி அறிவிப்பு மட்டுமே அனுப்பப்படுகிறது. இது சட்டத்திற்கு மாறானதாகும்.

iii. பெரும்பாலான நிகழ்வுகளில் வாடகைக்கு விடப்பட்ட சொத்தின் பரப்பளவு, வகைப்பாடு மற்றும் பயன்பாடு முதலியவை மாறுபடுவதாக தெரிவித்து மேல்முறையீட்டு மனுக்கள் தாக்கல் செய்யப்படுகின்றன.

iv. மேலும், ஒரு சில நிகழ்வுகளில் நியாய வாடகை திருத்தியமைக்கப்பட வேண்டிய நாளிலிருந்து பல மாதங்கள் கடந்த பின்னரே நியாய வாடகை நிர்ணயம் செய்யப்பட்டு, அதனை முன் தேதியிட்டு நடைமுறைப்படுத்தி,

-3

நிலுவைகளுடன் வாடகையினை செலுத்த அறிவிப்பு அனுப்பப்படுகிறது. இதனால் வாடகை நிலுவைகளை செலுத்த இயலாத நிலையைத் தெரிவித்து மேல்முறையீட்டு மனுக்கள் தாக்கல் செய்யப்படுகின்றன.

4. எனவே, மேற்கண்ட குறைபாடுகளைக் களைந்து, சட்ட விதிகளை முறையாகப் பின்பற்றி நியாய வாடகை நிர்ணயம் செய்வதை உறுதிப்படுத்தும் நோக்கில் சட்டப்பிரிவு 23ன் கீழ் ஆணையருக்கு வழங்கப்பட்டுள்ள அதிகாரத்தின்படி கீழ்கண்ட வழிகாட்டு நெறிமுறைகள் வகுத்து உத்தரவிடப்படுகிறது.

i. சட்டப்பிரிவு 34-Aன் கீழ் ஒவ்வொரு மூன்று ஆண்டுகளுக்கும் நியாய வாடகை, நியாய வாடகை நிர்ணயக் குழுவால் திருத்தி அமைக்கப்பட வேண்டும்.

ii. அதன்படி, நியாய வாடகை எந்தத் தேதியிலிருந்து திருத்தி நிர்ணயம் செய்யப்பட வேண்டுமோ, அதற்கு முன்னதாக குறைந்தபட்சம் மூன்று மாதங்களுக்கு முன்பாக நியாய வாடகை நிர்ணயம் செய்வதற்கான நடவடிக்கைகள் தொடங்கப்பட வேண்டும்.

iii. நியாய வாடகை நிர்ணயம் செய்வதற்காக கீழ்கண்ட விவரங்களுடன் இணை ஆணையர்களுக்கு சம்பந்தப்பட்ட அறநிறுவனத்தின் செயல் அலுவலர்/அறங்காவலர்/ அறங்காவலர் குழுத்தலைவர் அறிக்கை அனுப்ப வேண்டும்.

அ. வாடகைதாரர் விவரம்.

ஆ.சொத்தின் விவரம் (நான்கெல்லைகளுடன்),

இ.சொத்தின் பரப்பளவு (வரைபடத்துடன்),

ஈ. சொத்தின் வகைப்பாடு மற்றும் பயன்பாடு (மனை/கட்டிடம்/குடியிருப்பு/வணிகம்)

உ. சொத்தின் மதிப்பு (உரிய ஆவணங்களுடன்)

ஊ. நடைமுறையில் உள்ள சந்தை வாடகை மதிப்பினை தீர்மானிக்க கணக்கில் எடுத்துக்கொள்ளப்பட்ட சொத்துக் குறித்த விவரங்கள் மற்றும் வசூலிக்கப்படும் வாடகைக்கான ஆதாரம்.

எ. வாடகை நிர்ணயம் செய்வதற்கான கணக்கீட்டுத்தாள்.

-4-

iv. மேற்கண்ட அறிக்கை மற்றும் ஆவணங்களை பரிசீலித்து, சம்பந்தப்பட்ட இணை ஆணையர் நியாய வாடகை நிர்ணய குழுவின் பரிசீலனைக்கு வைக்க வேண்டும்.

v. நியாய வாடகை நிர்ணயக்குழுவின் தீர்மான நகல் மற்றும் வாடகை கணக்கீட்டுத் தாள் ஆகியவற்றை சம்பந்தப்பட்ட அறநிறுவனத்தின் செயல் அலுவலர்/அறங்காவலர்/அறங்காலர் குழுத்தலைவருக்கு இணை ஆணையர் ஒரு வார காலத்திற்குள் அனுப்ப வேண்டும்.

vi. இணை ஆணையரிடமிருந்து பெறப்பட்ட வாடகை கணக்கீட்டுத்தாள் மற்றும் நியாய வாடகை நிர்ணய குழுவின் தீர்மானம் ஆகியவற்றின் அடிப்படையில் வாடகையாக நிர்ணயிக்க உத்தேசிக்கப்பட்டுள்ள தொகையினை குறிப்பிட்டு அது குறித்து ஆட்சேபணைகள் ஏதுமிருப்பின் உரிய ஆதாரங்களுடன் 15 தினங்களுக்குள் எழுத்துப்பூர்வமாக ஆட்சேபணைகளை தெரிவிக்கும்படி வாடகைதாரர்களுக்கு இணைப்பில் காணும் படிவத்தில், சம்பந்தப்பட்ட அறநிறுவனத்தின் செயல் அலுவலர்/அறங்காவலர்/அறங்காலர் குழுத்தலைவரால் அறிவிப்பு ஒப்புகை அட்டையுடன் கூடிய பதிவஞ்சலில் (RPAD) அனுப்பப்பட வேண்டும். நேரடியாக சார்வு செய்யப்பட்டால், அறிவிப்பின் நகலில் அறிவிப்பினை பெற்றுக் கொண்டதற்கான வாடகைதாரரின் கையொப்பம் பெற்று கோப்பில் வைக்கப்பட வேண்டும்.

vii. நியாய வாடகை நிர்ணயம் குறித்து வாடகைதாரரால் குறிப்பிட்ட காலக்கெடுவிற்குள் ஆட்சேபணை ஏதும் தெரிவிக்கப்படவில்லையெனில் நியாய வாடகை நிர்ணயம் செய்து உரிய உத்தரவு செயல் அலுவலர் / அறங்காவலர் / அறங்காலர் குழுத்தலைவரால் பிறப்பிக்கப்பட்டு, வாடகைதாரருக்கு ஒப்புகை அட்டையுடன் கூடிய பதிவஞ்சலில் (RPAD) அனுப்பப்பட வேண்டும். நேரடியாக சார்வு செய்யப்பட்டால்,

- 5 -

அறிவிப்பின் நகலில் அறிவிப்பினை பெற்றுக் கொண்டதற்கான வாடகைதாரரின் கையொப்பம் பெற்று கோப்பில் வைக்கப்பட வேண்டும்.

viii. கணக்கீட்டுத்தாளில் நிர்ணயிக்கப்பட்டுள்ள வாடகை, இடத்தின் பரப்பளவு, கட்டடத்தின் பரப்பளவு, நிலமதிப்பு, குடியிருப்பு/ வணிகத் தன்மை, வாடகை சதவீதம், புதிய வாடகை ஆகியவை குறித்து உரிய ஆவணங்களுடன் எழுத்துப்பூர்வமாக ஆட்சேபணைகள் தெரிவிக்கப்பட்டால், அதனை அறநிறுவனத்தின் செயல் அலுவலர்/அறங்காவலர்/அறங்காவலர் குழுத்தலைவர் முறையாக பரிசீலிக்க வேண்டும்.

ix. ஆட்சேபணை ஏற்றுக் கொள்ளக்கூடியதாக இருப்பின், அதனடிப்படையில் உத்தேசமாக நிர்ணயம் செய்யப்பட்ட வாடகையினை மறு பரிசீலனை செய்து திருத்திய வாடகை நிர்ணயம் செய்தும், ஆட்சேபணைகள் நிராகரிக்கப்பட்டால் அதற்கான காரணத்துடன் உத்தேசமாக நிர்ணயிக்கப்பட்ட வாடகையினை உறுதி செய்தும், அறநிறுவனத்தின் செயல் அலுவலர்/அறங்காவலர்/அறங்காவலர் குழுத்தலைவர் உத்தரவு பிறப்பிக்க வேண்டும். மேற்கண்ட உத்தரவு வாடகைதாரர்களுக்கு ஒப்புகை அட்டையுடன் கூடிய பதிவஞ்சலில் (RPAD) அனுப்பப்பட வேண்டும். நேரடியாக சார்வு செய்யப்பட்டால், அறிவிப்பின் நகலில் அறிவிப்பினை பெற்றுக் கொண்டதற்கான வாடகைதாரரின் கையொப்பம் பெற்று கோப்பில் வைக்கப்பட வேண்டும்.

x. வாடகைதாரர்களை நேரடி விசாரணைக்கு அழைக்கத் தேவையில்லை, அவர்களது ஆட்சேபணைகளைப் பெற்று பரிசீலித்தால் மட்டும் போதுமானது.

xi. முதன்முதலாக வாடகை நிர்ணயம் செய்து பொது ஏலத்தில் வாடகைக்கு விடப்படும் சொத்துக்களுக்கு நியாய வாடகை நிர்ணயக்குழுவின் மூலம் வாடகை நிர்ணயம் செய்து உரிய

-6-

உத்தரவினை சம்பந்தப்பட்ட அறநிறுவனத்தின் செயல் அலுவலர்/அறங்காவலர்/அறங்காலர் குழுத்தலைவர் பிறப்பித்தால் மட்டுமே போதுமானது. இதர வழிகாட்டு நெறிமுறைகளை பின்பற்ற வேண்டிய அவசியமில்லை.

5. மேற்கண்டவாறு திருத்திய வழிகாட்டு நெறிமுறைகள் வெளியிடப்பட்டுள்ளதால் ஆணையர் ந.க.எண்.40651/2008/எம்3, நாள்.02.02.2009ல் வெளியிடப்பட்ட சுற்றறிக்கை திரும்ப பெற்றுக் கொள்ளப்படுகிறது.

6. மேற்கண்ட வழிமுறைகளை பின்பற்றத் தவறினால், சம்பந்தப்பட்ட அறநிறுவனங்களின் செயல் அலுவலர்/அறங்காவலர்/அறங்காலர் குழுத்தலைவர் மீது சட்ட விதிகளின்படி நடவடிக்கை மேற்கொள்ளப்படும். மேலும், நியாய வாடகை நிர்ணயம் செய்வதில் ஏற்படும் கால தாமதத்தினால் அறநிறுவனங்களுக்கு இழப்பு ஏதும் ஏற்பட்டால் அந்த இழப்பினை சம்பந்தப்பட்ட செயல் அலுவலர்/அறங்காவலர்/அறங்காலர் குழுத்தலைவரிடமிருந்து வசூலித்திட சட்டப்பிரிவு 90ன் கீழ் தண்ட நடவடிக்கை மேற்கொள்ளப்படும் எனத் தெரிவித்துக்கொள்ளப்படுகிறது.

7. இந்த சுற்றறிக்கையினை அறநிறுவனங்களின் அனைத்து நிர்வாகிகளுக்கும் அனுப்பி உரிய அறிவுரை வழங்கிட இணை ஆணையர் மற்றும் உதவி ஆணையரைக் கேட்டுக்கொள்ளப்படுகிறது.

/உண்மை நகல்/உத்தரவுப்படி

ஒம்/ ஜெ. குமரகுருபரன்
ஆணையர்

10.3.2021

தனி அலுவலர்-1 /
மாவட்ட வருவாய் அலுவலர்
ஆலய நிலங்கள்

நகல்

2. அனைத்து தலைமையிட அலுவலர்கள்,
3. அனைத்து தலைமையிட கண்காணிப்பாளர்கள்,
4. மிகை.

## மாதிரி படிவம்

## நியாய வாடகை நிர்ணய ஆட்சேபணை கோரும் அறிவிப்பு

**பார்வை – நியாய வாடகை நிர்ணயக்குழு தீர்மானம் நாள்.....................................**

பார்வைக்குறிப்பில் காணும் நியாய வாடகை குழுவின் தீர்மானத்தில், தாங்கள் வாடகைதாரராக உள்ள ......................... மாவட்டம் ..................... வட்டம் ......................... கிராமத்திலுள்ள அருள்மிகு .................................................. திருக்கோயிலுக்குச் சொந்தமான ..................... சொத்திற்கான வாடகையாக ரூ..................................., 01.07.2022 முதல் நிர்ணயம் செய்ய தீர்மானிக்கப்பட்டுள்ளது.

2. நியாய வாடகை நிர்ணயக்குழுவின் தீர்மானத்தை ஏற்று மேற்கண்ட சொத்திற்கான வாடகையாக ரூ............................................ 01.07.2022 முதல் திருத்தி நிர்ணயம் செய்ய உத்தேசிக்கப்பட்டுள்ளது.

3. மேற்கண்ட உத்தேச நியாய வாடகை நிர்ணயம் குறித்து ஆட்சேபணைகள் ஏதுமிருப்பின், தங்களது ஆட்சேபணைகளை உரிய ஆவணங்களுடன் எழுத்துப்பூர்வமாக இந்த உத்தரவு கிடைத்த 15 நாட்களுக்குள் சமர்ப்பிக்கும்படி கேட்டுக்கொள்ளப்படுகிறது.

4. குறிப்பிட்ட காலக்கெடுவிற்குள் ஆட்சேபணை ஏதும் வரப்பெறவில்லையெனில், தாங்கள் திருத்தி நிர்ணயம் செய்யப்பட்ட நியாய வாடகையினை ஏற்றுக் கொண்டதாக கருதி, அதனை உறுதி செய்து உத்தரவு பிறப்பிக்கப்படும் என தெரிவித்துக்கொள்ளப்படுகிறது.

5. இத்துடன், நியாய வாடகை கணக்கீட்டுத்தாள் மற்றும் நியாய வாடகை நிர்ணயக்குழுவின் தீர்மான நகல் ஆகியவை இணைத்து அனுப்பப்படுகிறது.

செயல் அலுவலர்/அறங்காவலர்/அறங்காவலர் குழுத்தலைவர்

பெறுநர்
திரு.........................
(ஒப்புகை பதிவஞ்சலில்)
நகல்
இணை ஆணையர்

/உண்மை நகல்/உத்தரவுப்படி

ஒம்/ ஜெ. குமரகுருபரன்
ஆணையர்

10.1.2022

தனி அலுவலர்–1 /
மாவட்ட வருவாய் அலுவலர்
ஆலய நிலங்கள்

நகல்

2. அனைத்து தலைமையிட அலுவலர்கள்,
3. அனைத்து தலைமையிட கண்காணிப்பாளர்கள்,
4. மிகை.

www.ingramcontent.com/pod-product-compliance
Lightning Source LLC
Chambersburg PA
CBHW031352230926
51848CB00002B/493
* 9 7 8 9 3 9 5 7 7 6 8 6 8 *